I0566802

BESTACTIVITYBOOKS.COM

EERSTE EDITIE - Gepubliceerd in 2022

Extra grafisch materiaal van: www.freepik.com
Dank aan: Alekksall, Starline, Pch.vector, Rawpixel.com, Vectorpocket, Dgim-studio, Upklyak, Macrovector, Stockgiu, Pikisuperstar & Freepik.com Designers

5 TIPS OM TE BEGINNEN!

1) HOE OP TE LOSSEN

De Puzzels zijn in een Klassiek Formaat:

- Woorden worden verborgen zonder pauzes (geen spaties, streepjes, ...)
- Oriëntatie: Voorwaarts & Achterwaarts, Boven & Beneden of in Diagonaal (kan in beide richtingen)
- Woorden kunnen elkaar overlappen of kruisen

2) ACTIEF LEREN

Naast elk woord is een spatie voorzien om de vertaling te noteren. Om actief te leren vindt u een **WOORDENBOEK** aan het einde van deze editie om uw kennis te controleren en uit te breiden. U kunt elke vertaling opzoeken en opschrijven, de woorden in de puzzel vinden en ze vervolgens aan uw woordenschat toevoegen!

3) TAG JE WOORDEN

Hebt u al geprobeerd een labelsysteem te gebruiken? U zou bijvoorbeeld de woorden die moeilijk te vinden waren kunnen markeren met een kruis, de woorden die u leuk vond met een ster, nieuwe woorden met een driehoek, zeldzame woorden met een ruit enzovoort...

4) ORGANISEER UW LEREN

Wij bieden ook een handig **NOTITIEBOEKJE** aan het eind van deze uitgave. Of u nu op vakantie, op reis of thuis bent, u kunt uw nieuwe kennis gemakkelijk ordenen zonder dat u een tweede notitieboek nodig hebt!

5) AFGESLOTEN?

Ga naar de bonussectie: **FINAAL UITDAGING** om een gratis spel te vinden dat aan het einde van deze editie wordt aangeboden!

Wil je meer leuke en leerzame activiteiten? Het is Snel en Eenvoudig!
Een hele collectie spelboeken slechts **één klik verwijderd!**

Vind uw volgende uitdaging bij:

BestActivityBooks.com/MijnVolgendeBoek

Klaar... Start!

Wist u dat er zo'n 7000 verschillende talen in de wereld zijn? Woorden zijn kostbaar.

We houden van talen en hebben hard gewerkt om de boeken van de hoogste kwaliteit voor u te maken. Onze ingrediënten?

Een selectie van onmisbare leerthema's, drie grote plakken plezier, dan voegen we er een lepel moeilijke woorden en een snuifje zeldzame woorden aan toe. We serveren ze met zorg en een maximum aan verrukking, zodat je de beste woordspelletjes kunt oplossen en veel plezier beleeft aan het leren!

Uw feedback is essentieel. U kunt een actieve bijdrage leveren aan het succes van dit boek door een recensie achter te laten. Vertel ons wat u het meest beviel in deze editie!

Hier is een korte link die u naar uw bestelpagina brengt:

BestBooksActivity.com/Recensies50

Bedankt voor uw hulp en veel plezier met het spel!

Linguas Classics

1 - Metingen

ล	ง	ค	ว	า	ม	ก	ว	◌้	า	ง	น	ช	ณ
ช	ป	ะ	ว	ผ	ร	แ	แ	ป	ญ	ท	ภ	ร	บ
ษ	ภ	ง	ป	า	ะ	ห	ไ	ถ	ธ	ศ	า	ช	แ
เ	ไ	บ	ต	◌์	ม	น	◌้	◌ำ	ห	น	◌ั	ก	ไ
ซ	อ	ด	ไ	อ	ว	ส	า	ฉ	ร	◌ิ	ย	◌ิ	ณ
น	◌ิ	◌้	ว	ก	ล	ค	◌ู	ท	ท	ย	ย	โ	ร
ต	ก	อ	ง	ศ	า	บ	ณ	ง	◌ี	ม	ช	ล	ป
◌ิ	◌ิ	ร	ย	ก	ค	ว	า	ม	ล	◌ึ	ก	ก	ย
เ	โ	ฉ	◌ั	อ	อ	น	ซ	◌์	◌ิ	พ	ม	ร	อ
ม	ล	ฉ	ถ	ม	เ	ต	า	ณ	ต	◌ั	น	◌ั	ไ
ต	เ	ค	ว	า	ม	ย	า	ว	ร	อ	พ	ม	ไ
ร	ม	บ	ต	เ	ม	ต	ร	า	ช	ก	ไ	ส	ฟ
ษ	ต	ว	บ	ถ	ผ	เ	ญ	บ	ช	ด	ช	ข	ห
ผ	ร	ะ	ด	◌ั	บ	เ	ส	◌ี	ย	ง	ย	ว	ส

ความกว้าง
ไบต์
เซนติเมตร
ทศนิยม
ความลึก
น้ำหนัก
องศา
กรัม
ความสูง
นิ้ว
กิโลกรัม
กิโลเมตร
ความยาว
ลิตร
มวล
เมตร
นาที
ออนซ์
ตัน
ระดับเสียง

2 - Keuken

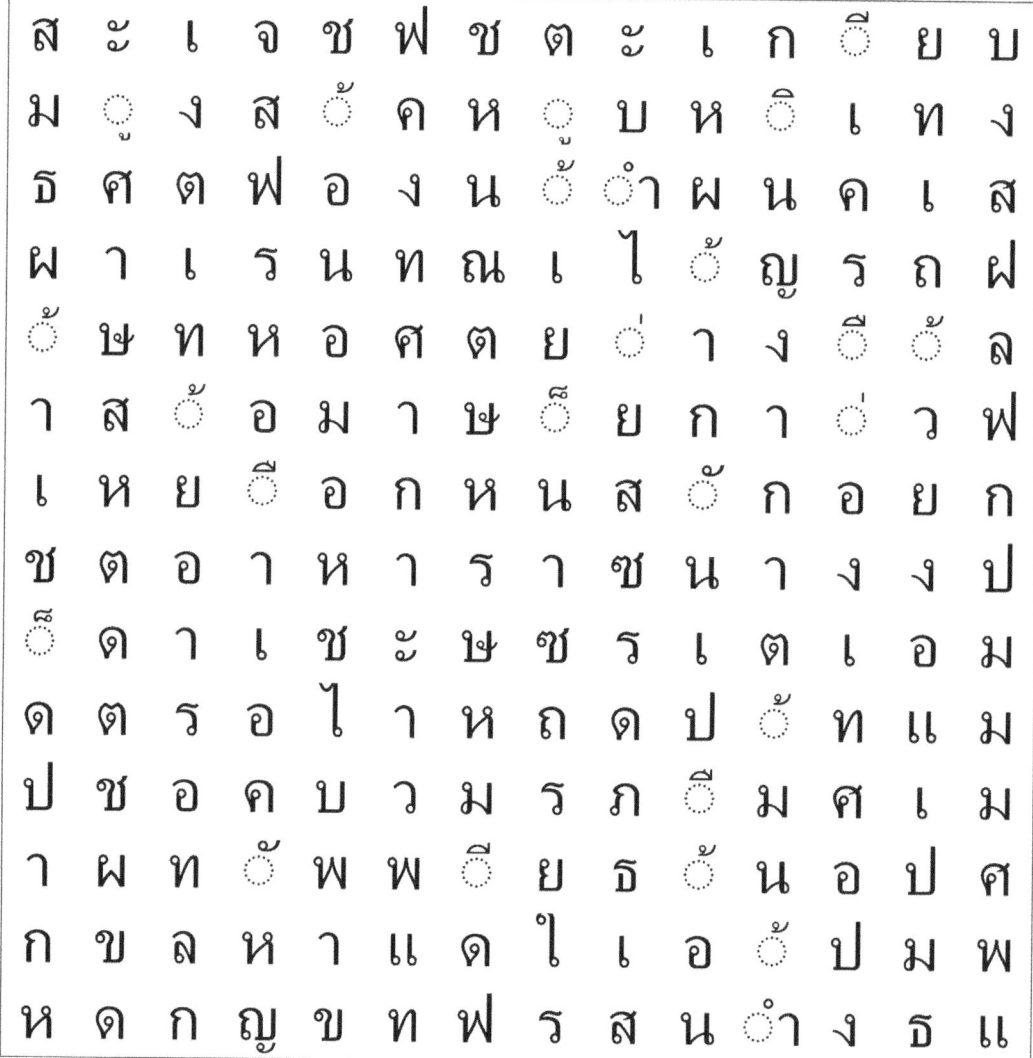

ส	ะ	เ	จ	ช	ฟ	ช	ต	ะ	เ	ก	◌ี	ย	บ
ม	◌ู	ง	ส	◌้	ค	ห	◌ู	บ	ห	◌ิ	เ	ท	ง
ธ	ศ	ต	ฟ	อ	ง	น	◌้	◌ำ	ผ	น	ค	เ	ส
ผ	า	เ	ร	น	ท	ณ	เ	ไ	◌้	ญ	ร	ถ	ฝ
◌้	ษ	ท	ห	อ	ศ	ต	ย	◌่	า	ง	◌ี	◌้	ล
า	ส	◌้	อ	ม	า	ษ	◌็	ย	ก	า	◌่	ว	ฟ
เ	ห	ย	◌ื	อ	ก	ห	น	ส	◌ั	ก	อ	ย	ก
ช	ต	อ	า	ห	า	ร	า	ซ	น	า	ง	ง	ป
◌็	ด	า	เ	ช	ะ	ษ	ซ	ร	เ	ต	เ	อ	ม
ด	ต	ร	อ	ไ	า	ห	ถ	ด	ป	◌้	ท	แ	ม
ป	ช	อ	ค	บ	ว	ม	ร	ภ	◌ื	ม	ศ	เ	ม
า	ผ	ท	◌ั	พ	พ	◌ี	ย	ธ	◌้	น	อ	ป	ศ
ก	ข	ล	ห	า	แ	ด	ไ	เ	อ	◌้	ป	ม	พ
ห	ด	ก	ญ	ข	ท	ฟ	ร	ส	น	◌ำ	ง	ธ	แ

ถ้วย
ตะเกียบ
กิน
ย่าง
กาต้มน้ำ
ตู้เย็น
ชาม
เหยือก
ช้อน
มีด
เตาอบ
ทัพพี
สูตรอาหาร
ผ้ากันเปื้อน
ผ้าเช็ดปาก
เครื่องเทศ
ฟองน้ำ
อาหาร
ส้อม

3 - Boten

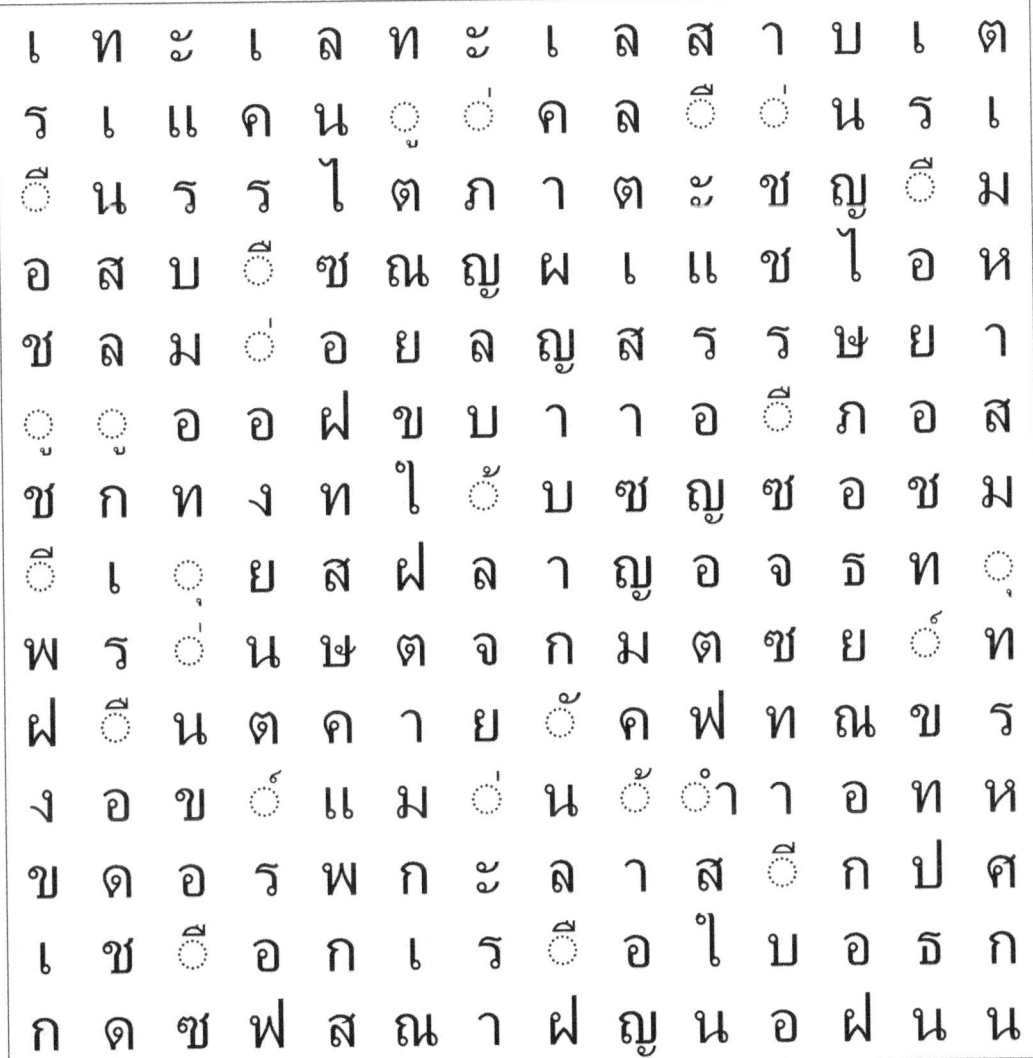

เ	ท	ะ	เ	ล	ท	ะ	เ	ล	ส	า	บ	เ	ต
ร	เ	แ	ค	น	◌ู	◌่	ค	ล	◌ื	◌่	น	ร	เ
◌ื	น	ร	ร	ไ	ต	ภ	า	ต	ะ	ช	ญ	◌ื	ม
อ	ส	บ	◌ื	ซ	ณ	ญ	ผ	เ	แ	ช	ไ	อ	ห
ช	ล	ม	◌่	อ	ย	ล	ญ	ส	ร	ร	ษ	ย	า
◌ู	◌ู	อ	อ	ฝ	ข	บ	า	า	อ	◌ื	ภ	อ	ส
ช	ก	ท	ง	ท	ใ	◌้	บ	ซ	ญ	ซ	อ	ช	ม
◌ี	เ	◌ุ	ย	ส	ฝ	ล	า	ญ	อ	จ	ธ	ท	◌ุ
พ	ร	◌่	น	ษ	ต	จ	ก	ม	ต	ซ	ย	◌์	ท
ฝ	◌ื	น	ต	ค	า	ย	◌ั	ค	ฟ	ท	ณ	ข	ร
ง	อ	ข	◌์	แ	ม	◌่	น	◌้	◌ำ	า	อ	ท	ห
ข	ด	อ	ร	พ	ก	ะ	ล	า	ส	◌ี	ก	ป	ศ
เ	ช	◌ื	อ	ก	เ	ร	◌ื	อ	ไ	บ	อ	ธ	ก
ก	ด	ซ	ฟ	ส	ณ	า	ฝ	ญ	น	อ	ฝ	น	น

สมอ
ลูกเรือ
ทุ่น
ท่าเรือ
คลื่น
เรือยอชท์
คายัค
แคนู
เสา
กะลาสี

ทะเลสาบ
เครื่องยนต์
มหาสมุทร
เรือชูชีพ
แม่น้ำ
เชือก
เรือข้ามฟาก
แพ
ทะเล
เรือใบ

4 - Chocolade

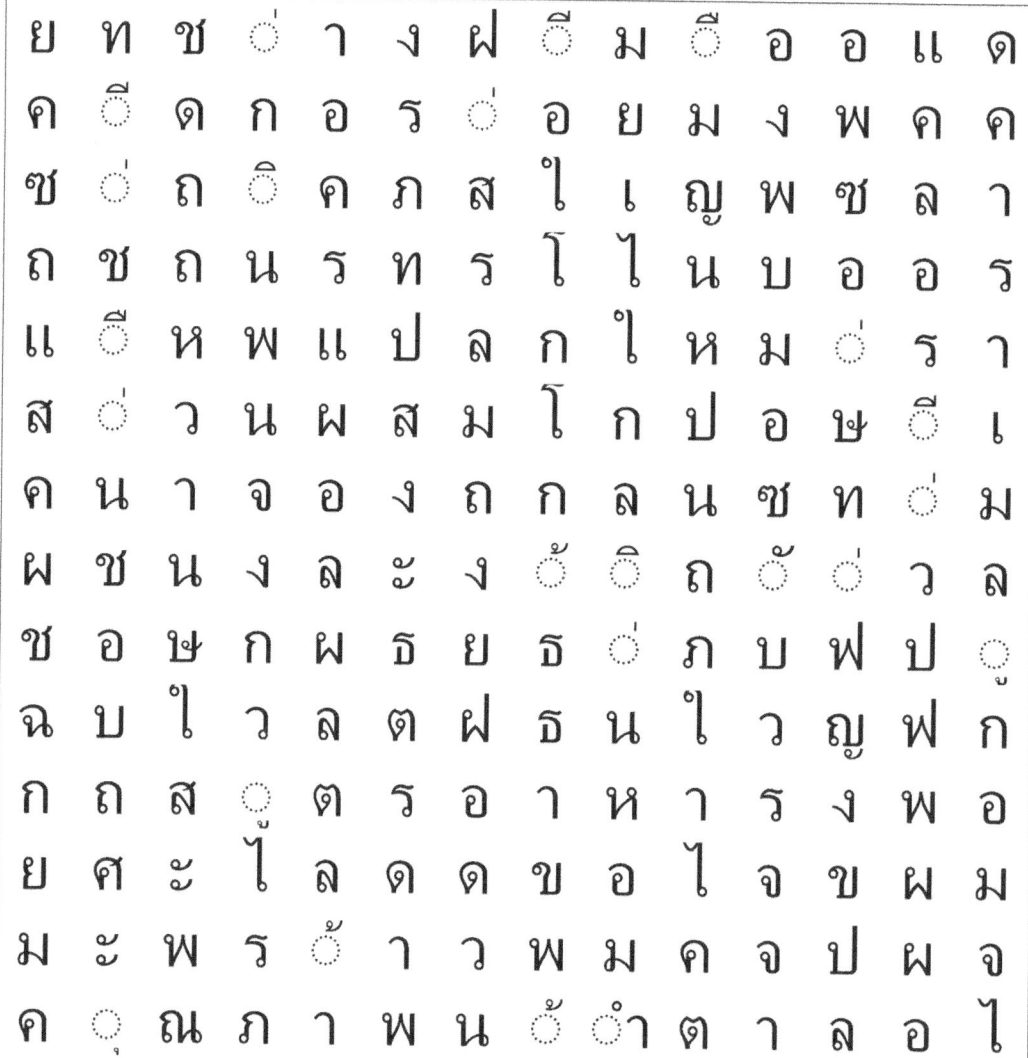

ย	ท	ช	◌่	า	ง	ฝ	◌ี	ม	◌ื	อ	อ	แ	ด
ค	◌ี	ด	ก	อ	ร	◌่	อ	ย	ม	ง	พ	ค	ค
ซ	◌่	ถ	◌ิ	ค	ภ	ส	ไ	เ	ญ	พ	ซ	ล	า
ถ	ช	ถ	น	ร	ท	ร	โ	ไ	น	บ	อ	อ	ร
แ	◌ี	ห	พ	แ	ป	ล	ก	ไ	ห	ม	◌่	ร	า
ส	◌่	ว	น	ผ	ส	ม	โ	ก	ป	อ	ษ	◌ี	เ
ค	น	า	จ	อ	ง	ถ	ก	ล	น	ซ	ท	◌่	ม
ผ	ช	น	ง	ล	ะ	ง	◌้	◌ิ	ถ	◌ั	◌่	ว	ล
ช	อ	ษ	ก	ผ	ธ	ย	ธ	◌่	ภ	บ	ฟ	ป	◌ู
ฉ	บ	ใ	ว	ล	ต	ฝ	ธ	น	ใ	ว	ญ	ฟ	ก
ก	ถ	ส	◌ู	ต	ร	อ	า	ห	า	ร	ง	พ	อ
ย	ศ	ะ	ไ้	ล	ด	ด	ข	อ	ไ	จ	ข	ผ	ม
ม	ะ	พ	ร	◌้	า	ว	พ	ม	ค	จ	ป	ผ	จ
ค	◌ุ	ณ	ภ	า	พ	น	◌้	◌ำ	ต	า	ล	อ	ไ

กลิ่นหอม
ช่างฝีมือ
ขม
โกโก้
แคลอรี่
กิน
แปลกใหม่
ที่ชื่นชอบ
อร่อย
ส่วนผสม
คาราเมล
มะพร้าว
คุณภาพ
ถั่ว
ผง
สูตรอาหาร
รส
ลูกอม
น้ำตาล
หวาน

5 - Tijd

ข	ฟ	ซ	ล	ซ	ะ	ท	เ	ว	ส	ห	ฝ	เ	ฝ
ะ	ฝ	ไ	เ	ส	บ	ศ	ท	◌ั	◌ั	ษ	ฝ	ด	ท
อ	ก	ล	ภ	ณ	ล	ว	◌ี	น	ป	ป	◌ี	◌ี	ร
น	า	ฬ	◌ิ	ก	า	ร	◌่	น	ด	ฏ	ะ	อ	ศ
า	ว	ไ	ฟ	พ	ถ	ร	ย	◌ี	า	◌ิ	ต	น	ห
ค	แ	◌ั	อ	ข	ร	ษ	ง	◌้	ห	ท	อ	ง	ผ
ต	ร	ภ	น	า	จ	◌ุ	น	แ	◌์	◌ิ	น	ถ	ะ
ป	ร	ะ	จ	◌ำ	ป	◌ี	◌่	า	ม	น	น	น	พ
ด	ช	◌ั	◌่	ว	โ	ม	ง	ง	ท	ข	◌ี	เ	ต
เ	ม	◌ี	◌่	อ	ว	า	น	อ	น	◌ี	◌้	ช	ห
ก	ล	า	ง	ค	◌ี	น	จ	ฉ	ว	◌ี	อ	◌้	จ
ศ	ต	ว	ร	ร	ษ	ถ	ต	ป	ถ	ไ	◌้	า	ซ
ค	ห	ล	◌ั	ง	จ	า	ก	ษ	อ	พ	ห	จ	ก
ะ	ด	แ	จ	ศ	ญ	ฟ	ไ	ไ	ม	ต	แ	ฉ	แ

วัน
ทศวรรษ
ศตวรรษ
เมื่อวาน
ปี
ประจำปี
ปฏิทิน
นาฬิกา
เดือน
เที่ยง
นาที
พรุ่งนี้
หลังจาก
กลางคืน
ตอนนี้
เช้า
อนาคต
ชั่วโมง
วันนี้
สัปดาห์

6 - Meditatie

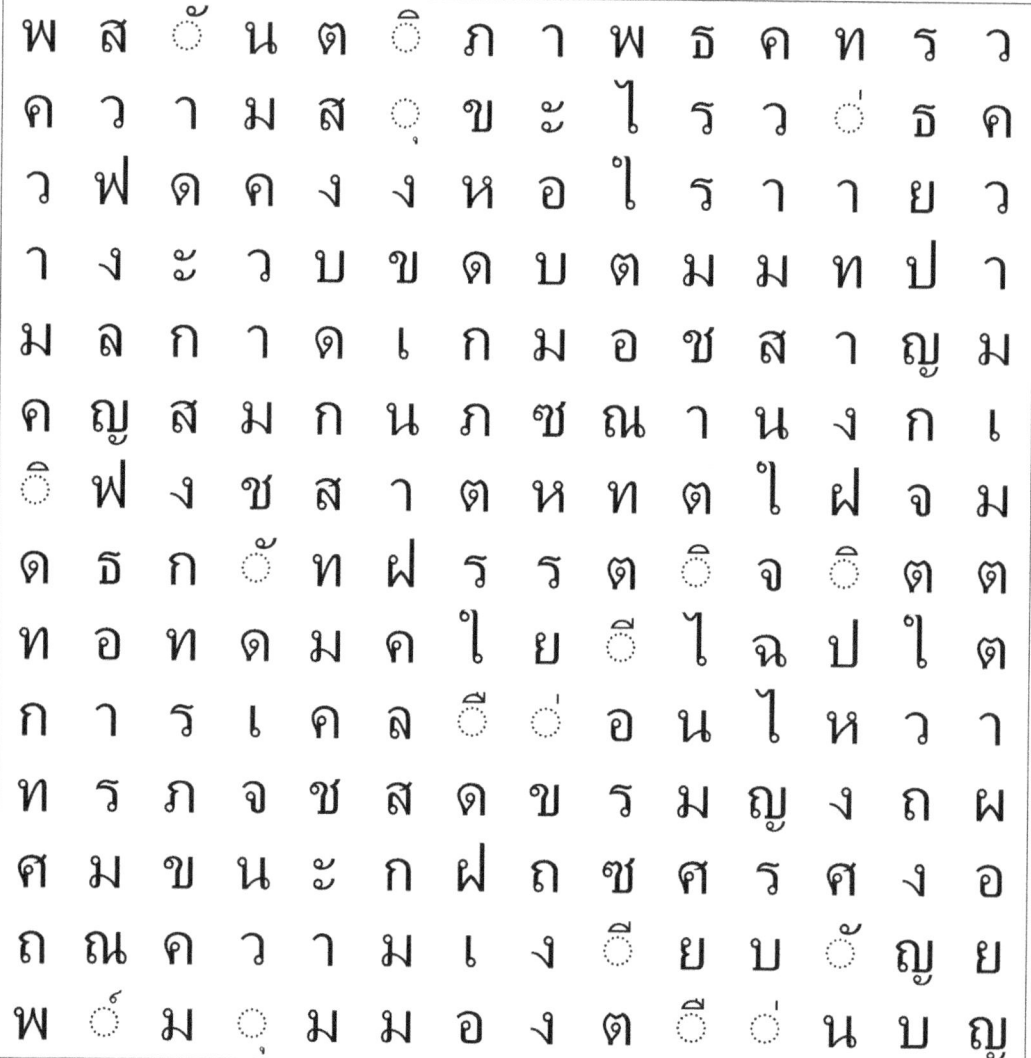

พ	ส	◌ั	น	ต	◌ิ	ภ	า	พ	ธ	ค	ท	ร	ว
ค	ว	า	ม	ส	◌ุ	ข	ะ	ไ	ร	ว	◌่	ธ	ค
ว	ฟ	ด	ค	ง	ง	ห	อ	ไ	ร	า	า	ย	ว
า	ง	ะ	ว	บ	ข	ด	บ	ต	ม	ม	ท	ป	า
ม	ล	ก	า	ด	เ	ก	ม	อ	ช	ส	า	ญ	ม
ค	ญ	ส	ม	ก	น	ภ	ซ	ณ	า	น	ง	ก	เ
◌ิ	ฟ	ง	ช	ส	า	ต	ห	ท	ต	ไ	ฝ	จ	ม
ด	ธ	ก	◌ั	ท	ฝ	ร	ร	ต	◌ิ	จ	◌ิ	ต	ต
ท	อ	ท	ด	ม	ค	ไ	ย	◌ี	ไ	ฉ	ป	ไ	ต
ก	า	ร	เ	ค	ล	◌ื	◌่	อ	น	ไ	ห	ว	า
ท	ร	ภ	จ	ช	ส	ด	ข	ร	ม	ญ	ง	ถ	ผ
ศ	ม	ข	น	ะ	ก	ฝ	ถ	ซ	ศ	ร	ศ	ง	อ
ถ	ณ	ค	ว	า	ม	เ	ง	◌ี	ย	บ	◌ั	ญ	ย
พ	◌์	ม	◌ุ	ม	ม	อ	ง	ต	◌ี	◌่	น	บ	ญ

ความสนใจ
การยอมรับ
การเคลื่อนไหว
อารมณ์
ความคิด
ความสุข
ความชัดเจน
ท่าทาง
สงบ
จิต
ดนตรี
ธรรมชาติ
มุมมอง
ความเงียบ
สันติภาพ
ความเมตตา
ตื่น

7 - Zomer

ห	พ	ผ	◌่	อ	น	ค	ล	า	ย	ร	ค	ส	ญ
ห	น	◌ั	ง	ส	◌ื	อ	ร	บ	เ	ก	ม	ว	ม
ญ	ไ	ท	ะ	เ	ล	ไ	ข	อ	◌้	ญ	ซ	น	ษ
เ	ย	ย	ผ	ร	ว	บ	ไ	ก	บ	า	ไ	อ	ห
ง	ป	ไ	ค	า	ป	ล	ฟ	อ	ไ	ค	น	อ	ช
ว	◌ั	น	ห	ย	◌ุ	ด	า	ไ	ถ	ธ	ร	ด	ณ
จ	ด	◌ำ	น	◌้	◌ำ	ว	ล	ว	ฉ	ก	แ	◌ั	ว
อ	า	ห	า	ร	ส	เ	พ	◌ื	◌่	อ	น	ด	ว
ย	ฉ	ต	ญ	ไ	ห	ผ	ต	ม	ฝ	า	ม	ห	ษ
เ	ษ	น	ล	เ	ด	◌ิ	น	ท	า	ง	ง	บ	ถ
ศ	ต	ล	ษ	ช	า	ย	ห	า	ด	จ	บ	ล	ะ
จ	พ	ธ	ฝ	ไ	ว	ด	น	ต	ร	◌ี	ผ	ด	ป
ค	ว	า	ม	ท	ร	ง	จ	◌ำ	า	ช	ซ	ซ	ศ
ค	ญ	บ	ร	อ	ง	เ	ท	◌้	า	แ	ต	ะ	ไ

หนังสือ
ดำน้ำ
ครอบครัว
เกม
ความทรงจำ
บ้าน
ดนตรี
ผ่อนคลาย
เดินทาง
รองเท้าแตะ
ดาว
ชายหาด
สวน
วันหยุด
อาหาร
จอย
เพื่อน
เวลาว่าง
ทะเล

8 - Vogels

เ	ธ	ห	◌่	า	น	ก	ก	ร	ะ	ท	◌ุ	ง	ธ
ะ	ป	เ	ณ	ณ	ก	เ	ม	น	ก	ฮ	◌ู	ก	ป
ถ	ล	◌็	ซ	เ	ก	ห	พ	ไ	ส	เ	ฉ	ณ	ถ
แ	พ	ผ	ด	ท	ร	ง	บ	น	ก	แ	ก	◌้	ว
ไ	ข	◌่	ก	◌ู	ะ	ส	ก	ฉ	ก	ก	ม	ซ	ค
ส	ก	ต	ร	แ	จ	◌์	พ	ห	ห	ว	า	ส	ณ
ส	ร	◌่	ะ	ค	อ	แ	ฟ	ถ	ษ	แ	◌ิ	ว	ข
ภ	ะ	า	ส	น	ก	พ	◌ิ	ร	า	บ	ว	น	ห
ธ	จ	แ	า	น	เ	ฟ	ล	า	ม	◌ิ	ง	โ	ก
ภ	อ	พ	ผ	า	ท	น	ก	ก	ร	ะ	ส	า	ศ
น	ก	ย	◌ู	ง	ศ	ส	า	ธ	ญ	ง	ช	ผ	ณ
อ	◌ี	ก	า	น	ก	ก	า	เ	ห	ว	◌่	า	ผ
ป	บ	า	า	ว	า	ก	น	ศ	ช	ษ	ข	ฉ	ถ
ซ	ว	า	ษ	ล	ถ	น	ป	อ	ฟ	ก	า	ถ	ะ

นกพิราบ
เป็ด
ไข่
ฟลามิงโก
ห่าน
ไก่
นกกาเหว่า
อีกา
นางนวล
กระจอก
นกกระสา
นกแก้ว
นกยูง
นกกระทุง
เพนกวิน
กระสา
นกกระจอกเทศ
ทูแคน
นกฮูก
หงส์

9 - Behoud

อ	◌ิ	น	ท	ร	◌ี	ย	◌์	น	◌ั	◌ำ	เ	ม	ร
ท	◌ี	◌่	อ	ย	◌ู	◌่	อ	า	ศ	◌ั	ย	ล	◌ี
ษ	ด	อ	า	ก	อ	ด	ป	ง	ช	ฝ	◌ั	พ	ไ
ร	อ	บ	ส	ส	า	ร	เ	ค	ม	◌ี	◌่	◌ิ	ซ
ช	ไ	แ	า	ข	ไ	ร	อ	ษ	ต	ฝ	ง	ษ	เ
ถ	ฉ	ฟ	ส	เ	ล	เ	ศ	เ	ต	ป	ย	บ	ค
ะ	จ	ข	ม	ไ	ข	ข	ไ	◌ื	น	า	◌ี	แ	◌ิ
แ	ง	ข	◌ั	ะ	ด	◌ี	ผ	ณ	ก	ษ	น	ธ	ล
ด	ม	น	ค	ร	ข	ถ	ย	อ	ฟ	ษ	ซ	ต	ข
ต	ศ	ล	ร	ท	ค	ณ	ว	ว	ท	ศ	า	ฟ	ะ
ห	ก	ไ	ง	ร	ะ	บ	บ	น	◌ิ	เ	ว	ศ	ซ
า	ซ	ถ	ญ	ไ	ฉ	ส	◌ุ	ข	ภ	า	พ	ง	ไ
เ	ป	◌็	น	ธ	ร	ร	ม	ช	า	ต	◌ิ	ล	ย
ภ	◌ู	ม	◌ิ	อ	า	ก	า	ศ	เ	ไ	แ	ด	แ

สารเคมี
ยั่งยืน
ระบบนิเวศ
รอบ
สุขภาพ
เขียว
ที่อยู่อาศัย
ภูมิอากาศ
เป็นธรรมชาติ
การศึกษา
อินทรีย์
แมลง
รีไซเคิล
ลด
มลพิษ
อาสาสมัคร
น้ำ

10 - Wiskunde

ด	ท	เ	ล	ข	ค	ณ	◌ิ	ต	า	ไ	า	ม	เ
ฝ	บ	ศ	ข	แ	เ	ภ	ผ	ล	ล	ม	ญ	◌ุ	ถ
บ	ญ	ษ	น	ศ	ซ	ร	ย	ภ	อ	พ	น	ม	บ
ฉ	อ	ส	า	◌ิ	ฝ	แ	ข	ส	ง	อ	ง	ผ	ส
แ	พ	◌่	น	ก	ย	ส	เ	า	ฝ	ภ	ง	ฝ	ม
พ	ะ	ว	ผ	ญ	ง	ม	ส	ม	ค	ณ	เ	ศ	ม
ะ	จ	น	ซ	ญ	ท	ก	◌้	เ	ฉ	ณ	อ	อ	า
ต	◌ั	ว	แ	ท	น	า	น	ห	ม	ะ	◌ิ	อ	ต
ภ	า	ไ	ผ	ฝ	ท	ร	ร	ล	ศ	ก	ท	ต	ร
ว	ด	ซ	น	ท	ญ	ว	อ	◌ี	ซ	แ	ถ	ษ	ส
ญ	บ	ค	ก	ผ	ร	ม	บ	◌่	ณ	ไ	ม	ต	ด
ห	ม	า	ย	เ	ล	ข	ว	ย	ฝ	ช	อ	จ	ไ
ร	◌ั	ศ	ม	◌ี	พ	ด	ง	ม	ล	ะ	ฝ	ฝ	น
ต	◌ั	◌้	ง	ฉ	า	ก	ญ	ษ	ท	ไ	ข	ย	อ

หมายเลข
ทศนิยม
แผนก
สามเหลี่ยม
ตัวแทน
เศษส่วน
เรขาคณิต
องศา
มุม
ตั้งฉาก
เส้นรอบวง
ขนาน
เลขคณิต
รวม
รัศมี
สมมาตร
สมการ

11 - Camping

ด	ห	◌้	า	ง	ท	ะ	เ	ล	ส	า	บ	ช	อ
ว	ต	ม	ป	ส	ส	ผ	ส	ผ	ส	ก	ม	ก	า
ง	◌้	ผ	ฟ	ะ	◌ั	ป	ธ	ษ	บ	ศ	ณ	ณ	เ
จ	น	ล	ย	น	ต	ฝ	◌่	เ	ป	ล	ญ	ว	น
◌ั	ไ	ก	ย	ญ	ว	ธ	ไ	า	ท	ม	ช	ถ	อ
น	ม	า	ต	า	◌์	ผ	ร	ฟ	ภ	◌ู	เ	ข	า
ท	◌้	ร	ย	ส	ก	ท	เ	ร	แ	ค	น	◌ู	ห
ร	แ	ผ	น	ท	◌ี	◌่	ข	ก	ม	ฉ	น	ะ	ม
◌์	ว	จ	ภ	ถ	ม	ฝ	◌็	น	ล	ช	ส	ง	ว
ฟ	ณ	ญ	ฉ	ค	ผ	ไ	ม	ป	ง	ศ	า	ไ	ก
ะ	จ	ภ	ญ	า	ท	ณ	ท	น	ไ	ร	ศ	ต	า
ผ	ณ	◌ั	ณ	ร	ญ	ถ	◌ิ	เ	ช	◌ี	อ	ก	◌ิ
แ	ด	ย	ษ	ข	ย	ป	ศ	ภ	ภ	ษ	ต	ข	ค
ล	◌่	า	ส	◌ั	ต	ว	◌์	เ	ต	◌็	น	ท	◌์

การผจญภัย
ภูเขา
ต้นไม้
ป่า
ไฟ
ห้าง
สัตว์
เปลญวน
หมวก
แมลง
ล่าสัตว์
แผนที่
แคนู
เข็มทิศ
ดวงจันทร์
ทะเลสาบ
ธรรมชาติ
เต็นท์
เชือก

12 - Activiteiten

ต	จ	พ	ณ	ศ	ก	ผ	ท	ป	ร	◌ิ	ศ	น	า
ก	ณ	ศ	ก	◌ิ	า	◌่	ท	ญ	า	ฟ	ง	ร	ฟ
ป	บ	ว	า	ล	ร	อ	ร	ซ	า	ป	ย	ะ	ย
ล	ก	แ	ร	ป	เ	น	ก	◌ิ	จ	ก	ร	ร	ม
า	ร	ท	ถ	ะ	ย	ค	ภ	ง	ฟ	อ	ฟ	จ	ฟ
เ	ย	◌ั	◌่	ว	◌็	ล	◌่	า	ส	◌ั	ต	ว	◌์
ถ	◌ั	ก	า	ไ	บ	า	ก	น	พ	เ	ก	ม	ย
จ	ข	ษ	ย	ต	เ	ย	า	ฝ	แ	ว	ม	ด	◌ิ
ผ	ต	ะ	ภ	ไ	ธ	ค	ร	◌ี	ธ	ล	า	ษ	น
เ	ซ	ร	า	ม	◌ิ	ก	ท	ม	า	า	ย	ด	ด
ฟ	ภ	ว	พ	จ	ถ	ย	◌ำ	◌ี	ซ	ว	า	ท	◌ี
ก	า	ร	อ	◌่	า	น	ส	อ	ภ	◌่	ก	ช	ล
ค	ร	ภ	ไ	ส	ถ	ถ	ว	ถ	า	า	ล	ผ	ธ
พ	จ	ป	ว	ญ	อ	ร	น	จ	ธ	ง	ม	จ	ร

กิจกรรม
งานฝีมือ
ถัก
การถ่ายภาพ
เกม
ตกปลา
ล่าสัตว์
เซรามิก
ศิลปะ
การอ่าน
มายากล
การเย็บ
ผ่อนคลาย
ยินดี
ปริศนา
ภาพวาด
การทำสวน
ทักษะ
เวลาว่าง

13 - Astronomie

ห	น	ไ	ก	ษ	ฝ	ซ	เ	ญ	จ	ด	ด	ด	ภ
ร	อ	◌ั	ด	า	ว	แ	น	จ	จ	ว	า	ญ	ต
โ	ไ	ด	ก	อ	ล	ด	บ	◌ั	◌ั	ง	ว	เ	น
ส	ล	บ	◌ู	ด	เ	า	◌ิ	ก	ก	จ	ห	ค	ด
ว	ถ	ก	ภ	ด	า	ไ	ว	ร	ร	◌ั	า	ร	า
จ	ษ	ล	อ	า	า	ร	ล	ร	ว	น	ง	า	ว
ข	ข	◌ุ	ะ	ว	ภ	ว	า	า	า	ท	ณ	ส	เ
ศ	ย	◌่	จ	เ	ช	◌ิ	ส	ศ	ล	ร	แ	ด	ค
ษ	ไ	ม	ส	ท	แ	ษ	ย	◌ี	า	◌์	ซ	ศ	ร
ะ	ด	ด	ง	◌ี	แ	◌ุ	ไ	า	ฝ	ส	บ	า	า
บ	ย	า	จ	ย	ก	ว	ณ	า	ไ	ย	ต	จ	ะ
แ	ะ	ว	ญ	ม	ณ	◌ั	ด	า	ว	ต	ก	ร	ห
ะ	พ	ล	ช	อ	ร	ต	ท	บ	ก	ส	จ	ว	◌์
ร	◌ั	ง	ส	◌ี	ท	◌้	อ	ง	ฟ	◌้	า	ด	ภ

โลก
นักดาราศาสตร์
จักรราศี
วิษุวัต
ท้องฟ้า
ดาวหาง
ดวงจันทร์
ดาวตก
เนบิวลา
หอดูดาว
ดาวเคราะห์
จรวด
ดาวเทียม
ดาว
กลุ่มดาว
รังสี
จักรวาล
คราส

14 - Emoties

แ	เ	ก	ช	ง	ผ	บ	ต	เ	เ	อ	ว	น	ง
ผ	น	ค	ล	ข	ง	◌่	พ	ญ	ณ	ถ	ะ	ท	ห
◌่	◌ื	ว	ก	◌ั	ล	ส	อ	บ	น	ข	ร	ง	ฝ
ว	◌้	า	า	ญ	ว	ไ	ไ	น	ค	ษ	ร	◌ั	ก
ๆ	อ	ม	ร	ส	เ	แ	จ	ใ	ค	ไ	น	ช	ช
ต	ห	เ	บ	◌ื	◌่	อ	อ	ง	า	ล	ก	ณ	ด
◌ื	า	ม	ร	ล	ว	น	ย	ญ	ป	ส	า	ม	ต
◌่	ผ	ต	ร	ก	ต	◌ั	ญ	ญ	◌ู	ะ	า	ย	ย
น	ข	ต	เ	ซ	อ	ร	◌์	ไ	พ	ร	ส	◌์	พ
เ	ด	า	ท	เ	ฉ	ส	◌ั	น	ต	◌ิ	ภ	า	พ
ต	ค	ว	า	ม	ส	ง	บ	ฝ	ะ	ล	ไ	ผ	ฝ
◌้	ร	อ	ร	น	ณ	ย	ะ	ส	ม	ส	ะ	ภ	ป
น	ถ	ฉ	ต	บ	ร	จ	ฝ	ง	ะ	ท	ช	ห	อ
ค	ว	า	ม	โ	ก	ร	ธ	บ	ภ	ป	ภ	ฝ	ห

กลัว
กตัญญู
เนื้อหา
สงบ
รัก
ผ่อนคลาย
ตื่นเต้น
การบรรเทา
ความสงบ
แผ่วๆ
พอใจ
เซอร์ไพรส์
เบื่อ
สันติภาพ
จอย
ความเมตตา
ความโกรธ

15 - Vakantie #2

ช	ท	ะ	เ	ล	ค	ข	เ	แ	ณ	จ	ว	ป	ะ
ญ	า	โ	ก	ง	ธ	ฉ	ค	ก	ว	อ	ั	ษ	อ
ค	ษ	ว	ร	ถ	ไ	ฟ	ญ	ว	า	ง	น	ฝ	ท
ส	ต	ษ	ต	ง	ว	ี	ซ	่	า	ะ	ห	เ	อ
ต	ฟ	ส	ส	่	แ	ฝ	ด	ง	ด	ค	ย	อ	ค
ต	ก	ษ	ย	ล	า	ร	ผ	ว	จ	ซ	ุ	ร	ผ
ช	า	ย	ห	า	ด	ง	ม	ภ	ว	ก	ด	้	เ
แ	ร	ล	จ	ส	ฝ	ภ	ช	ภ	ู	เ	ข	า	ต
ผ	ข	ณ	ด	แ	อ	ส	น	า	ม	บ	ิ	น	็
น	น	แ	ท	็	ก	ซ	ี	่	ต	ผ	ช	อ	น
ท	ส	อ	ป	ล	า	ย	ท	า	ง	ิ	แ	า	ท
ี	่	ต	่	า	ง	ช	า	ต	ิ	ข	ผ	ห	์
่	ง	พ	ง	ห	ช	เ	ว	ล	า	ว	่	า	ง
ภ	ก	า	ร	เ	ด	ิ	น	ท	า	ง	ธ	ร	ก

ภูเขา
ปลายทาง
ชาวต่างชาติ
ต่างชาติ
เกาะ
โรงแรม
แผนที่
สนามบิน
การเดินทาง
จอง
ร้านอาหาร
ชายหาด
แท็กซี่
เต็นท์
รถไฟ
วันหยุด
การขนส่ง
วีซ่า
เวลาว่าง
ทะเล

16 - Weersomstandigheden

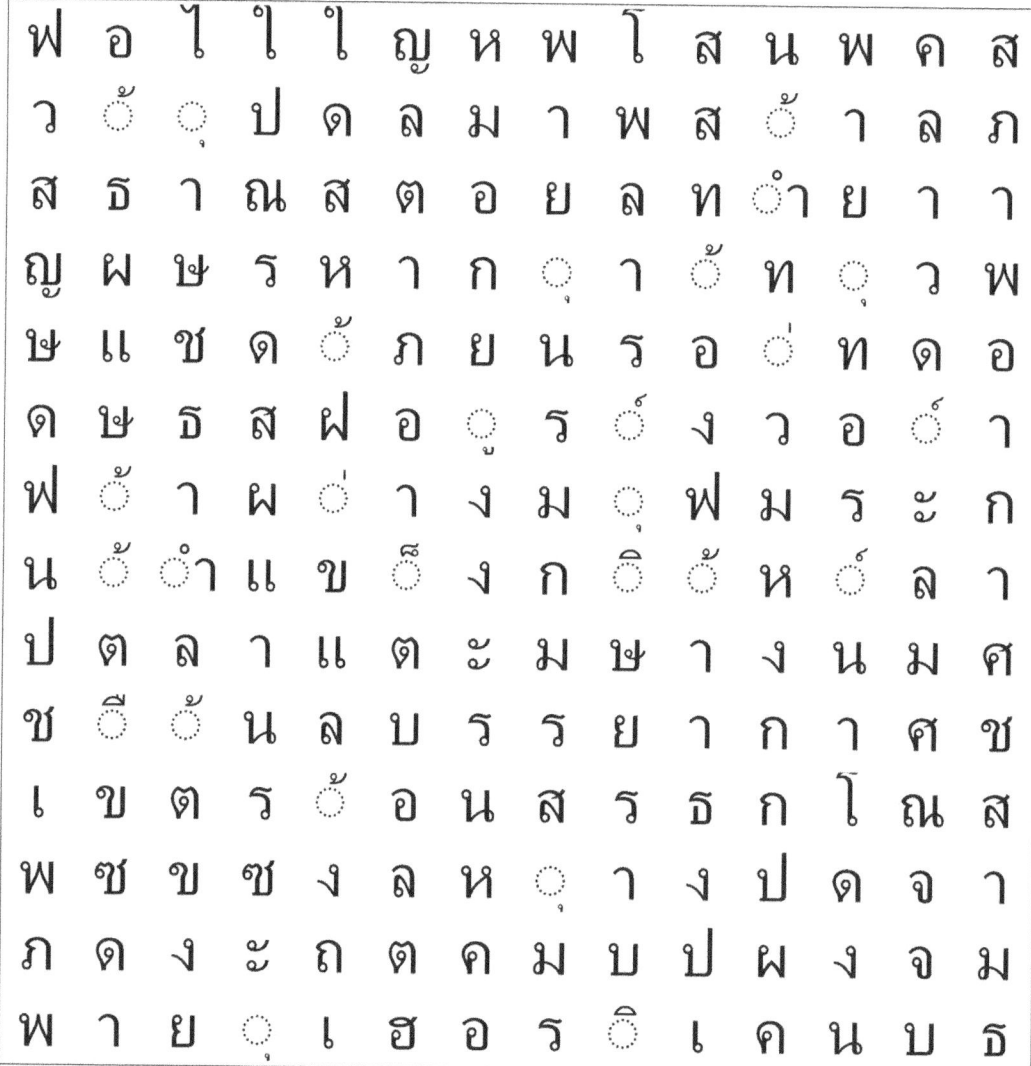

ฟ	อ	ไ	ไ	ไ	ญ	ห	พ	โ	ส	น	พ	ค	ส
ว	◌้	◌ุ	ป	ด	ล	ม	า	พ	ส	◌้	า	ล	ภ
ส	ธ	า	ณ	ส	ต	อ	ย	ล	ท	◌ำ	ย	า	า
ญ	ผ	ษ	ร	ห	า	ก	◌ุ	า	◌้	ท	◌ุ	ว	พ
ษ	แ	ช	ด	◌้	ภ	ย	น	ร	อ	◌่	ท	ด	อ
ด	ษ	ธ	ส	ฝ	อ	◌ู	ร	◌์	ง	ว	อ	◌์	า
ฟ	◌้	า	ผ	◌่	า	ง	ม	◌ุ	ฟ	ม	ร	ะ	ก
น	◌้	◌ำ	แ	ข	◌็	ง	ก	◌ิ	◌้	ห	◌์	ล	า
ป	ต	ล	า	แ	ต	ะ	ม	ษ	า	ง	น	ม	ศ
ช	◌ี	◌้	น	ล	บ	ร	ร	ย	า	ก	า	ศ	ช
เ	ข	ต	ร	◌้	อ	น	ส	ร	ธ	ก	โ	ณ	ส
พ	ซ	ข	ซ	ง	ล	ห	◌ุ	า	ง	ป	ด	จ	า
ภ	ด	ง	ะ	ถ	ต	ค	ม	บ	ป	ผ	ง	จ	ม
พ	า	ย	◌ุ	เ	ฮ	อ	ร	◌ิ	เ	ค	น	บ	ธ

บรรยากาศ
ฟ้าผ่า
ฟ้าร้อง
แล้ง
ท้องฟ้า
น้ำแข็ง
สภาพอากาศ
หมอก
มรสุม
พายุเฮอริเคน

น้ำท่วม
โพลาร์
สายรุ้ง
พายุ
อุณหภูมิ
พายุทอร์นาโด
เขตร้อน
ชื้น
ลม
คลาวด์

17 - Strand

ท	◌่	า	เ	ร	◌ี	อ	ถ	ล	ร	◌่	ม	ส	ด
ะ	ภ	ง	ง	ง	ร	น	ก	า	อ	ไ	ห	◌ี	ว
เ	บ	ร	ร	◌ี	ฟ	ม	ฉ	ก	ง	ร	า	น	ง
ล	ะ	ะ	ป	ผ	ษ	ซ	ต	◌ู	เ	ป	ส	◌้	อ
ล	ศ	น	ก	◌้	ย	ข	เ	น	ท	ณ	ม	◌ำ	า
เ	ก	า	ะ	า	ฉ	ศ	ร	ส	◌้	ซ	◌ุ	เ	ท
ศ	แ	พ	ฝ	ข	ช	ล	◌ี	ฝ	า	ป	ท	ง	◌ิ
ว	ศ	ก	า	น	เ	า	อ	ภ	แ	ผ	ร	◌ิ	ต
ค	◌ั	บ	ศ	ห	ศ	ร	ย	ภ	ต	ถ	ป	น	ย
ไ	ซ	น	พ	น	ภ	เ	◌ี	ฝ	ะ	ซ	ฉ	ง	◌์
ถ	ข	อ	ห	◌ู	แ	ป	า	อ	◌ั	ช	ผ	ะ	ท
ต	ป	ท	ต	ย	ไ	ถ	ไ	ศ	ไ	◌่	ญ	บ	ร
ด	◌ู	ค	า	ง	◌ุ	ค	ฝ	ฝ	เ	บ	ง	ณ	า
ธ	บ	ส	ท	ม	ส	ด	ค	ถ	ฉ	พ	ค	ส	ย

สีน้ำเงิน
เรือ
ท่าเรือ
เกาะ
ผ้าขนหนู
ปู
ชายฝั่ง
ลากูน
มหาสมุทร
ร่ม
รีฟ
รองเท้าแตะ
วันหยุด
ทราย
ทะเล
เรือใบ
ดวงอาทิตย์

18 - Eten #2

ฉ	ช	ถ	ญ	บ	ม	ด	ฝ	อ	ห	ซ	ธ	ข	อ
ผ	แ	ล	ว	ต	ะ	เ	ส	ว	น	ผ	ไ	◌้	ง
เ	ษ	ไ	ม	ะ	เ	ข	◌ี	อ	◌่	ท	ง	า	◌ุ
ไ	ข	◌่	ณ	ญ	ข	ก	ส	อ	อ	ฝ	พ	ว	◌่
ข	ก	ก	เ	เ	◌ี	ล	◌ั	◌ั	ไ	ช	◌ี	ส	น
แ	น	◌่	ะ	ว	อ	◌้	ป	ล	ม	ท	ช	า	ห
อ	เ	ม	ม	ไ	เ	ว	ป	ม	◌้	ก	ข	ล	ด
ป	ล	า	ป	บ	ท	ย	ะ	อ	ฝ	◌ี	◌้	◌ี	ง
เ	ต	ด	ไ	◌ั	ศ	ร	ร	น	ร	ว	า	ไ	บ
ป	ฉ	แ	ซ	ด	ง	แ	ด	ด	◌ั	◌ี	ว	ผ	ษ
◌ิ	ย	ฝ	แ	า	แ	ผ	ฮ	◌์	◌่	◌่	ะ	ะ	ธ
◌้	ฝ	จ	ะ	ณ	ภ	ณ	ข	ม	ง	เ	ค	ภ	ช
ล	ห	ล	ฟ	ม	ธ	โ	ย	เ	ก	◌ิ	ร	◌์	ต
ล	ภ	เ	จ	เ	บ	ร	อ	ก	โ	ค	ล	◌ี	ษ

อัลมอนด์
สัปปะรด
แอปเปิ้ล
หน่อไม้ฝรั่ง
มะเขือ
กล้วย
บรอกโคลี
ขนมปัง
องุ่น
ไข่
แฮม
ชีส
ไก่
กีวี่
พืช
ข้าว
ข้าวสาลี
มะเขือเทศ
ปลา
โยเกิร์ต

19 - Klimmen

ก	ร	อ	ง	เ	ท	◌้	า	บ	◌ู	ท	จ	ร	ศ
แ	า	ผ	◌ู	◌้	เ	ช	◌ี	◌่	ย	ว	ช	า	ญ
ผ	ค	ร	ะ	ด	◌ั	บ	ค	ว	า	ม	ส	◌ู	ง
น	ฝ	ท	อ	ณ	ย	ธ	ไ	ถ	ไ	ภ	า	ท	เ
ท	อ	า	เ	บ	ไ	ร	ข	ต	◌้	แ	ร	ง	ต
◌ี	ด	ง	ง	ถ	ร	บ	ต	ก	ไ	◌ำ	ม	ฟ	ษ
◌่	ล	ก	ค	ว	า	ม	อ	ย	า	ก	ร	◌ู	◌้
ค	ว	า	ม	ม	◌ั	◌่	น	ค	ง	ม	แ	ถ	ฝ
ด	ค	ย	ญ	บ	า	ด	เ	จ	◌็	บ	ค	◌ุ	า
ไ	ย	ภ	ค	◌ำ	แ	น	ะ	น	◌ำ	ว	บ	ง	ถ
ค	ว	า	ม	ท	◌้	า	ท	า	ย	น	ไ	ม	ล
ไ	บ	พ	บ	ร	ร	ย	า	ก	า	ศ	ไ	◌ี	า
ภ	◌ู	ม	◌ิ	ป	ร	ะ	เ	ท	ศ	เ	ะ	อ	า
ห	ม	ว	ก	น	◌ิ	ร	ภ	◌ั	ย	ญ	ฟ	ว	ล

บรรยากาศ
ผู้เชี่ยวชาญ
ทางกายภาพ
คำแนะนำ
ถ้ำ
ถุงมือ
หมวกนิรภัย
ระดับความสูง
แผนที่
แรง
รองเท้าบูท
บาดเจ็บ
ความอยากรู้
การอบรม
แคบ
ความมั่นคง
ภูมิประเทศ
ความท้าทาย

20 - Restaurant #1

พ	แ	ฝ	ฉ	ฉ	ซ	อ	ส	ข	ม	ซ	อ	พ	พ
น	ก	ค	ท	ไ	ม	◌ี	ด	น	ผ	ง	า	ษ	ไ
◌ั	ฝ	ต	ช	ต	ผ	ซ	ว	ม	ย	ป	ห	ช	ท
ก	◌ิ	น	ข	เ	ผ	◌็	ด	ส	ผ	แ	า	ญ	ช
ง	ไ	จ	า	น	ช	ธ	ษ	พ	ห	ค	ร	ฉ	ผ
า	เ	ม	น	◌ื	ม	◌ี	ภ	ก	า	ร	จ	อ	ง
น	ภ	า	ท	◌้	ข	ป	ย	◌ู	ไ	◌ั	ส	ล	ศ
เ	ม	น	◌ู	อ	ร	ฉ	◌ั	ร	ม	ว	ไ	ไ	ช
ส	◌่	ว	น	ผ	ส	ม	ถ	ง	◌์	◌ิ	จ	ก	า
◌ิ	ผ	◌้	า	เ	ช	◌็	ด	ป	า	ก	แ	◌่	ม
ร	ไ	พ	ว	ค	จ	ต	ภ	ข	ไ	า	บ	พ	ป
◌์	ย	ฉ	ห	ข	ฟ	พ	ย	เ	ฝ	แ	ต	ย	◌้
ฟ	ซ	ป	พ	า	ธ	ม	น	จ	จ	ฟ	ธ	น	ณ
เ	ธ	ท	ษ	ด	ะ	ส	ษ	ม	ข	า	ณ	ด	ข

ภูมิแพ้
จาน
ขนมปัง
กิน
ส่วนผสม
แคชเชียร์
ครัว
ไก่
กาแฟ
ชาม

เมนู
มีด
เผ็ด
การจอง
ซอส
พนักงานเสิร์ฟ
ผ้าเช็ดปาก
ขนม
เนื้อ
อาหาร

21 - Geologie

ฟ	ห	◌ิ	น	ย	◌้	อ	ย	ะ	ว	ป	ท	ล	ล
ด	อ	ห	ะ	ก	โ	ซ	น	ก	ช	ะ	◌ี	ล	ช
เ	ค	ส	ค	ว	อ	ท	ซ	◌์	น	ก	◌่	า	ก
ห	ก	แ	ซ	ป	ไ	ฝ	ห	ห	ม	า	ร	น	ก
ล	น	ล	ผ	◌ิ	จ	ธ	ษ	ฟ	ล	ร	า	ง	ญ
ว	ป	ถ	◌ี	◌่	ล	า	ว	า	ภ	◌ั	บ	ญ	ว
ช	◌ั	◌้	น	อ	น	ษ	ณ	ร	◌ู	ง	ส	อ	พ
ษ	ท	◌ำ	ค	ไ	ข	ด	แ	◌่	เ	ษ	◌ู	อ	ญ
ก	ร	ด	ร	ก	ถ	ญ	◌ิ	อ	ข	ธ	ง	ล	ฟ
จ	ศ	ต	◌ิ	เ	ไ	ผ	เ	น	า	ล	ม	พ	ห
ห	◌ิ	น	ส	ซ	ก	ง	ภ	พ	ไ	ส	พ	เ	ฟ
ว	ร	ฟ	ต	อ	ฉ	ถ	ว	ต	ฟ	ห	ห	ข	ด
ศ	ท	ม	◌ั	ร	ะ	ท	ถ	ค	ข	ท	ว	◌ี	ป
บ	ล	ฟ	ล	◌์	แ	ค	ล	เ	ซ	◌ี	ย	ม	ไ

แผ่นดินไหว
แคลเซียม
ทวีป
ร่อน
ฟอสซิล
ไกเซอร์
เหลว
ถ้ำ
ปะการัง
คริสตัล
ควอทซ์
ชั้น
ลาวา
ที่ราบสูง
หินย้อย
หิน
ภูเขาไฟ
โซน
เกลือ
กรด

22 - Specerijen

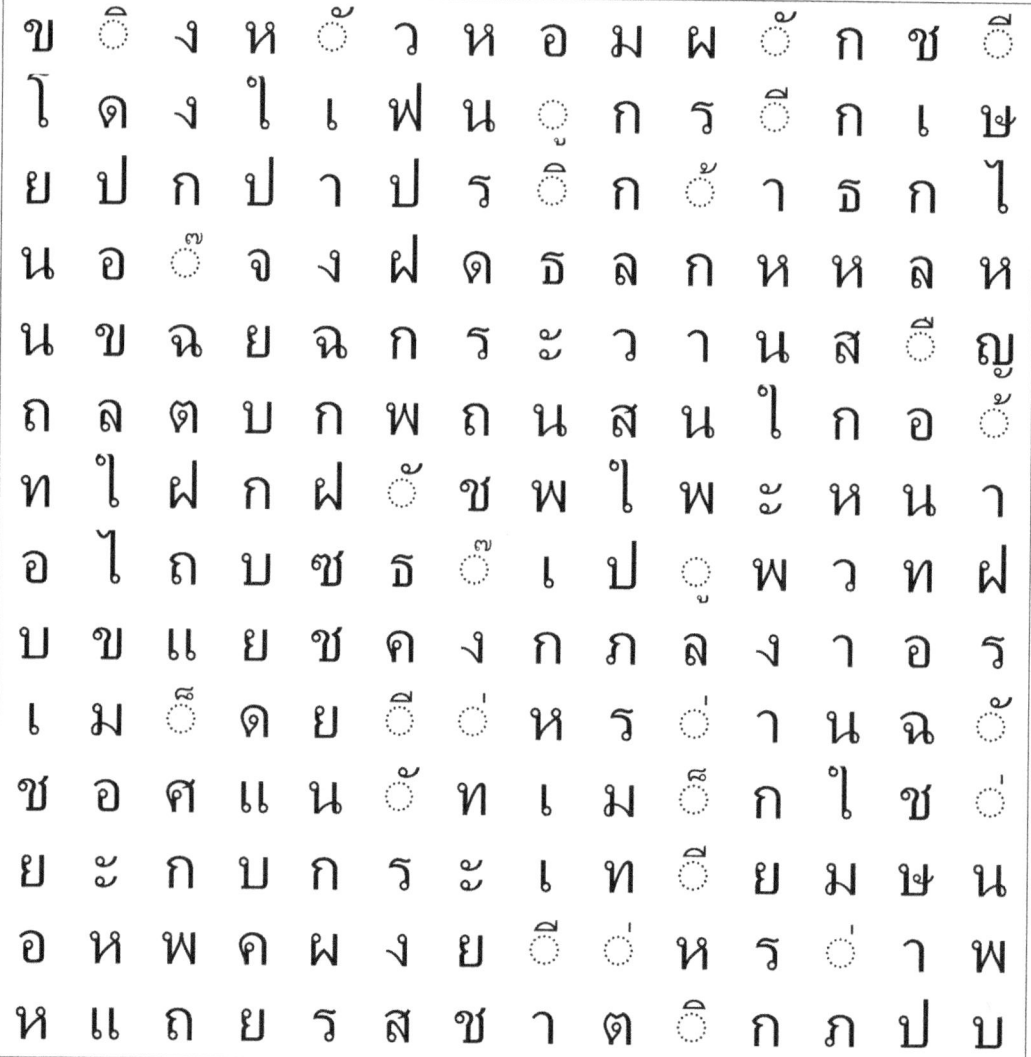

ข	◌ิ	ง	ห	◌ั	ว	ห	อ	ม	ผ	◌ั	ก	ช	◌ี
โ	ด	ง	ไ	เ	ฟ	น	◌ู	ก	ร	◌ี	ก	เ	ษ
ย	ป	ก	ป	า	ป	ร	◌ิ	ก	◌้	า	ธ	ก	ไ
น	อ	◌๊	จ	ง	ฝ	ด	ธ	ล	ก	ห	ห	ล	ห
น	ข	ฉ	ย	ฉ	ก	ร	ะ	ว	า	น	ส	◌ี	ญ
ถ	ล	ต	บ	ก	พ	ถ	น	ส	น	ไ	ก	อ	◌้
ท	ไ	ฝ	ก	ฝ	◌ั	ช	พ	ไ	พ	ะ	ห	น	า
อ	ไ	ถ	บ	ซ	ธ	◌๊	เ	ป	◌ู	พ	ว	ท	ฝ
บ	ข	แ	ย	ช	ค	ง	ก	ภ	ล	ง	า	อ	ร
เ	ม	◌็	ด	ย	◌ี	◌่	ห	ร	◌่	า	น	ฉ	◌ั
ช	อ	ศ	แ	น	◌ั	ท	เ	ม	◌็	ก	ไ	ช	◌่
ย	ะ	ก	บ	ก	ร	ะ	เ	ท	◌ี	ย	ม	ษ	น
อ	ห	พ	ค	ผ	ง	ย	◌ี	◌่	ห	ร	◌่	า	พ
ห	แ	ถ	ย	ร	ส	ช	า	ต	◌ิ	ก	ภ	ป	บ

โป๊ยกั๊ก
ขม
เฟนูกรีก
ขิง
อบเชย
กระวาน
แกง
กระเทียม
ผงยี่หร่า
ผักชี
กานพูล
นัทเม็ก
ปาปริก้า
หญ้าฝรั่น
รสชาติ
หัวหอม
วนิลา
เม็ดยี่หร่า
หวาน
เกลือ

23 - Groenten

ห	ฟ	ข	◌ื	◌้	น	ฉ	◌่	า	ย	แ	บ	ม	ผ
อ	◌ั	เ	ว	ด	ศ	ฉ	ไ	เ	า	ค	ไ	ะ	◌ั
ม	ก	ว	ห	ณ	พ	น	เ	ถ	ผ	ร	ว	เ	ก
ผ	ท	ช	ไ	◌็	ธ	ต	ฉ	ง	ก	อ	ส	ข	โ
◌ั	อ	อ	บ	ช	ด	ศ	ภ	ภ	ส	ท	ง	◌ี	ข
ก	ง	ก	ร	ะ	เ	ท	◌ี	ย	ม	ห	ถ	อ	ม
ช	ฟ	เ	อ	ห	ท	ท	ผ	ณ	ะ	◌ั	◌ั	เ	ภ
◌ี	แ	ว	ก	◌ั	ะ	ธ	◌้	ไ	เ	ว	◌่	ท	ะ
ฝ	ต	ฟ	โ	ว	ไ	ธ	ส	า	ข	ผ	ว	ศ	ไ
ร	ง	ศ	ค	ห	ป	ญ	แ	แ	◌ี	◌ั	ญ	ย	ญ
◌ั	ก	ห	ล	อ	ไ	ม	ะ	ก	อ	ก	ข	◌ิ	ง
◌่	ว	บ	◌ี	ม	จ	ฝ	ก	ซ	เ	ก	ษ	ม	ร
ง	า	อ	า	ต	◌ิ	โ	ช	◌๊	ค	า	ผ	เ	ถ
ส	ล	◌ั	ด	น	ห	ง	บ	ไ	ต	ด	ภ	ม	ภ

อาติโช๊ค
มะเขือ
บรอกโคลี
ถั่ว
ขิง
กระเทียม
แตงกวา
มะกอก
เห็ด
ผักชีฝรั่ง
ฟักทอง
หัวผักกาด
หัวไชเท้า
สลัด
ขึ้นฉ่าย
หอม
ผักโขม
มะเขือเทศ
หัวหอม
แครอท

24 - Dans

ผ	ณ	ม	ฉ	ช	ค	แ	ญ	ก	ญ	ส	ห	แ	ด
ค	ะ	ฉ	ง	ย	ล	ข	แ	พ	ภ	ต	ห	ฟ	◌ั
ช	ภ	ก	ค	ล	า	ส	ส	◌ิ	ก	ข	ช	ฟ	◌้
ก	า	ร	เ	ค	ล	◌ื	◌่	อ	น	ไ	ห	ว	ง
ร	พ	แ	ก	ร	ะ	โ	ด	ด	ป	ย	ธ	◌ั	เ
◌่	ฉ	ห	ส	บ	จ	ท	ฝ	ข	ศ	ด	ธ	ฒ	ด
า	ษ	◌ุ	ถ	ด	◌ั	ซ	◌่	พ	ต	ญ	ถ	น	◌ิ
ง	ด	◌้	ณ	ภ	ง	◌้	ไ	า	ษ	พ	ด	ธ	ม
ก	ษ	น	ญ	จ	ห	อ	น	พ	ท	อ	ญ	ร	จ
า	ฝ	ส	ต	ม	ว	ม	อ	ล	ง	า	ม	ร	ศ
ย	น	◌่	อ	ร	ะ	แ	า	ก	จ	ร	ง	ม	◌ิ
ถ	ด	ว	เ	ผ	◌ี	เ	ก	ร	ซ	ม	ไ	ล	ล
ร	ธ	น	ก	จ	ซ	ฉ	ศ	ห	ม	ณ	ป	ว	ป
ไ	ร	ช	ต	พ	ย	ล	ล	ฉ	ล	◌์	ศ	ไ	ะ

การเคลื่อนไหว
วัฒนธรรม
อารมณ์
แสดงออก
เกรซ
ท่าทาง
คลาสสิก
ศิลปะ
ร่างกาย
ดนตรี
หุ้นส่วน
ซ้อม
จังหวะ
กระโดด
ดั้งเดิม
ภาพ

25 - Sport

ก	ส	น	า	ม	ก	◌ี	ฬ	า	เ	ก	ก	ผ	ย
บ	า	ส	เ	ก	ต	บ	อ	ล	ก	ภ	อ	◌ู	◌ิ
ข	โ	ร	ง	ย	◌ิ	ม	ร	ต	ม	ศ	ล	◌้	ม
ไ	ค	ล	เ	ม	ต	ด	ซ	ะ	จ	ฟ	◌์	ต	น
อ	◌้	ล	ท	ค	ธ	ม	จ	ณ	◌ั	ท	ฟ	◌ั	า
น	ช	ถ	น	ส	ล	ฮ	อ	ก	ก	◌ี	◌้	ด	ส
ผ	ภ	เ	น	เ	น	◌ี	ภ	บ	ร	ม	ต	ส	ต
◌ู	◌ู	ซ	◌ิ	ผ	น	◌ั	◌่	ต	ย	ญ	ศ	◌ิ	◌ิ
◌้	ซ	◌้	ส	ธ	ล	ต	ก	อ	า	ก	ท	น	ก
ช	ญ	า	เ	ช	ง	ม	ก	ก	น	ศ	ล	ด	ร
น	ะ	ต	น	ล	ฟ	ต	ค	ญ	◌ี	ไ	ช	เ	ะ
ะ	ฟ	ณ	ช	ผ	◌่	ศ	ช	ฉ	ต	ฬ	ห	แ	ล
เ	บ	ส	บ	อ	ล	น	ภ	พ	จ	ว	า	ว	ล
ฝ	พ	ช	◌ิ	ง	แ	ช	ม	ป	◌์	ต	แ	เ	เ

นักกีฬา
บาสเกตบอล
การเคลื่อนไหว
จักรยาน
กอล์ฟ
โรงยิม
ยิมนาสติก
ฮอกกี้
เบสบอล

ชิงแชมป์
ผู้ตัดสิน
เกม
ผู้เล่น
สนามกีฬา
ทีม
เทนนิส
โค้ช
ผู้ชนะ

26 - Mythologie

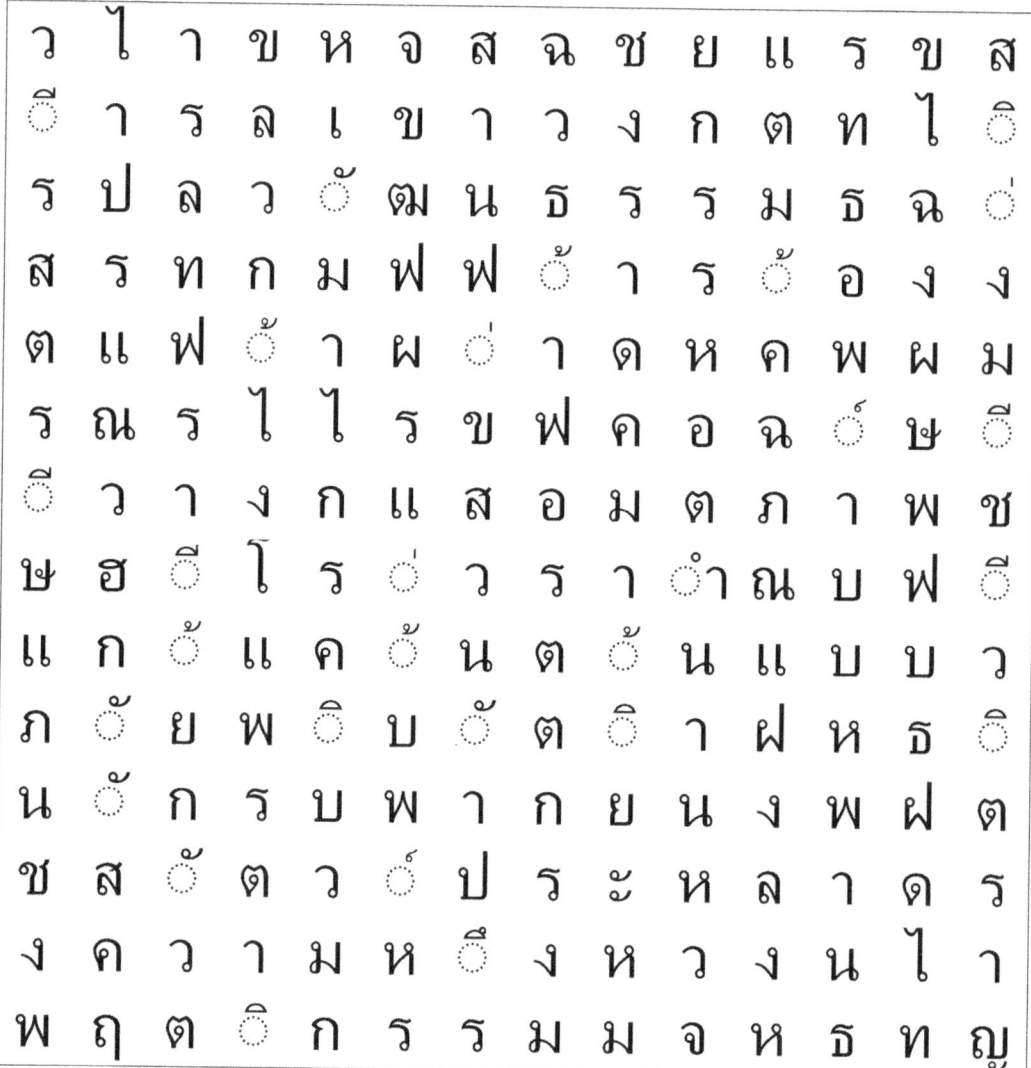

ว	ไ	า	ข	ห	จ	ส	ฉ	ช	ย	แ	ร	ข	ส
ี	า	ร	ล	เ	ข	า	ว	ง	ก	ต	ท	ไ	ิ
ร	ป	ล	ว	ั	ฒ	น	ธ	ร	ร	ม	ธ	ฉ	่
ส	ร	ท	ก	ม	ฟ	ฟ	้	า	ร	้	อ	ง	ง
ต	แ	ฟ	้	า	ผ	่	า	ด	ห	ค	พ	ผ	ม
ร	ณ	ร	ไ	ไ	ร	ข	ฟ	ค	อ	ฉ	์	ษ	ี
ี	ว	า	ง	ก	แ	ส	อ	ม	ต	ภ	า	พ	ช
ษ	ฮ	ี	โ	ร	่	ว	ร	า	ำ	ณ	บ	ฟ	ี
แ	ก	้	แ	ค	้	น	ต	้	น	แ	บ	บ	ว
ภ	ั	ย	พ	ิ	บ	ั	ต	ิ	า	ฝ	ห	ธ	ิ
น	ั	ก	ร	บ	พ	า	ก	ย	น	ง	พ	ฝ	ต
ช	ส	ั	ต	ว	์	ป	ร	ะ	ห	ล	า	ด	ร
ง	ค	ว	า	ม	ห	ึ	ง	ห	ว	ง	น	ไ	า
พ	ฤ	ต	ิ	ก	ร	ร	ม	ม	จ	ห	ธ	ท	ญ

ต้นแบบ
ฟ้าผ่า
การสร้าง
วัฒนธรรม
ฟ้าร้อง
เขาวงกต
พฤติกรรม
ฮีโร่
วีรสตรี
สวรรค์

ความหึงหวง
แรง
นักรบ
ตำนาน
สัตว์ประหลาด
อมตภาพ
ภัยพิบัติ
ยแร
สิ่งมีชีวิต
แก้แค้น

27 - Eten #1

โ	ย	ญ	ส	ษ	พ	แ	อ	พ	ธ	ม	ช	ถ	บ
ผ	ห	ซ	◌ุ	ป	ฉ	อ	ส	บ	ค	ฟ	บ	◌ั	า
ไ	ไ	ร	ซ	ณ	ล	ป	ณ	พ	เ	ส	ช	◌่	ร
า	ซ	ช	ะ	ป	ล	ร	ผ	ษ	ก	ช	ถ	ว	◌์
เ	ภ	ค	ศ	พ	ธ	◌ิ	ไ	ท	ล	ป	ย	ล	เ
ก	า	แ	ฟ	เ	า	ค	ฝ	ผ	◌ี	ต	ฉ	◌ิ	ล
ก	ล	ค	ผ	ศ	น	อ	ค	ไ	อ	อ	ช	ส	◌่
ร	ณ	ร	ะ	ห	ท	ท	พ	ส	ศ	ฟ	ช	ง	ย
ะ	ส	อ	ล	◌ู	ก	แ	พ	ร	◌์	บ	แ	ห	◌์
เ	ล	ท	ผ	◌ั	ก	โ	ข	ม	น	ซ	ข	พ	ท
ท	◌ั	อ	ห	◌ั	ว	ห	อ	ม	ะ	น	า	ว	◌ู
◌ี	ด	ฉ	น	น	◌้	◌ำ	ต	า	ล	ะ	ษ	ป	น
ย	ย	น	◌้	◌ำ	ผ	ล	ไ	ม	◌้	ณ	จ	ห	◌่
ม	ญ	ข	ม	ต	ไ	เ	เ	น	◌ื	◌้	อ	ไ	า

แอปริคอท
โหระพา
มะนาว
บาร์เล่ย์
อบเชย
กระเทียม
กาแฟ
นม
ลูกแพร์
ถั่วลิสง
สลัด
น้ำผลไม้
ซุป
ผักโขม
น้ำตาล
ทูน่า
หัวหอม
เนื้อ
แครอท
เกลือ

28 - Avontuur

ค	ว	า	ม	ย	า	ก	แ	ท	น	บ	ป	ก	อ
ค	ว	า	ม	ง	า	ม	ะ	ศ	◌่	ธ	ล	า	◌ั
ค	ว	า	ม	ก	ล	◌้	า	ห	า	ญ	า	ร	น
ย	ก	ล	ม	ย	เ	โ	ส	ผ	แ	ย	ย	ต	ต
ธ	ป	า	ต	ท	ง	อ	ะ	ต	ป	ป	ท	ร	ร
ท	ร	ไ	ร	ก	◌้	ก	ว	ข	ล	ฟ	า	ะ	า
◌ั	ค	ร	ะ	เ	ฝ	า	ศ	ช	ก	ท	ง	เ	ย
ศ	อ	เ	ม	า	ด	ส	ท	ท	ไ	ษ	เ	ต	ไ
น	ธ	ส	ร	ช	ง	◌ิ	ะ	า	จ	จ	พ	ร	ห
ศ	ะ	ล	ณ	ย	า	บ	น	ม	ย	อ	◌ี	◌ี	ม
◌ึ	ผ	◌ิ	ด	ป	ก	ต	◌ิ	ท	ซ	ย	◌่	ย	◌่
ก	น	◌ำ	ร	◌่	อ	ง	◌ิ	บ	า	ภ	อ	ม	ไ
ษ	ก	◌ิ	จ	ก	ร	ร	ม	ด	ซ	ง	น	ฝ	ถ
า	ค	ว	า	ม	ป	ล	อ	ด	ภ	◌ั	ย	ธ	ภ

กิจกรรม
ปลายทาง
ทัศนศึกษา
อันตราย
โอกาส
ความกล้าหาญ
ความยาก
ธรรมชาติ
นำร่อง
ใหม่
ผิดปกติ
การเดินทาง
ความงาม
ความท้าทาย
ความปลอดภัย
น่าแปลกใจ
การตระเตรียม
จอย
เพื่อน

29 - Circus

จ	บ	น	◌ั	ก	ม	า	ย	า	ก	ล	◌ิ	ง	ด
ไ	ศ	ด	ฟ	ะ	ข	ธ	จ	ต	ท	เ	ผ	น	น
ส	◌ิ	ง	โ	ต	ฟ	ค	ป	ส	◌ั	ต	ว	◌์	ต
ม	เ	ก	แ	ส	ด	ง	แ	พ	ว	◌๋	ฝ	ช	ร
ล	า	ณ	า	ข	บ	ว	น	แ	ห	◌่	ว	◌ุ	◌ี
ค	ถ	ย	ศ	ย	ะ	จ	ะ	เ	ธ	ษ	ก	ด	ล
ช	ต	พ	า	อ	ก	ภ	พ	ส	แ	ง	ค	แ	◌ู
จ	◌ั	ก	เ	ก	อ	ร	◌์	◌ี	ช	ษ	ณ	ต	ก
เ	ว	ข	ร	ว	ล	ย	ร	อ	◌้	ง	ฝ	◌่	โ
ต	ต	ม	า	ล	า	ก	ซ	ม	า	ซ	ผ	ง	ป
◌็	ล	อ	ญ	◌ู	า	ม	ง	ด	ง	า	ม	ก	◌่
น	ก	ศ	ธ	ก	ส	เ	จ	ด	ง	ฉ	พ	า	ง
ท	ท	ว	ข	อ	ม	ณ	ข	บ	ศ	ไ	ฉ	ย	พ
◌์	ห	เ	ธ	ม	เ	ค	ล	◌็	ด	ล	◌ั	บ	ห

ลิง
กายกรรม
ลูกโป่ง
ตัวตลก
สัตว์
นักมายากล
จักเกอร์
ตั๋ว
ชุดแต่งกาย
แสดง
สิงโต
มายากล
ดนตรี
ช้าง
ขบวนแห่
ลูกอม
งดงาม
เต็นท์
เสือ
เคล็ดลับ

30 - Restaurant #2

ข	ฟ	ย	ญ	ค	เ	ก	ท	ง	ส	า	ซ	า	ษ
อ	ช	ภ	ก	พ	ก	◌๋	ม	า	ไ	แ	ย	◌ุ	ซ
ธ	ร	ช	ช	ต	◌้	ว	เ	ส	เ	ะ	ฟ	ณ	ป
ผ	ข	◌่	◌้	ป	า	ย	ก	ซ	ป	ฝ	อ	ฝ	ล
เ	ว	ฝ	อ	น	อ	เ	ล	บ	ฝ	ฝ	ท	พ	า
ค	ค	ก	น	ย	◌ี	ต	◌ื	ร	า	ฟ	บ	บ	ก
◌้	ฉ	ร	เ	ภ	◌้	◌ี	อ	◌ิ	ย	น	ห	ไ	ห
ก	ส	ป	◌ื	ต	ญ	◌๋	พ	ก	ส	◌้	อ	ม	ศ
ไ	ล	ถ	บ	◌่	ย	ย	ถ	ร	ส	◌ำ	ผ	น	ะ
ผ	◌ั	ก	ษ	ข	อ	ว	ฟ	น	ญ	ข	ไ	ง	ต
ล	ด	ง	ต	ร	ร	ง	น	◌้	◌ำ	แ	ข	◌็	ง
ไ	ญ	อ	า	ห	า	ร	เ	ย	◌็	น	◌่	ฟ	ฝ
ม	ไ	พ	ง	ษ	ศ	ป	ร	ท	ต	ภ	ณ	ษ	ฉ
◌้	ญ	ต	ผ	อ	ก	ต	ซ	แ	ศ	ด	ฟ	ฝ	จ

เค้ก
อาหารเย็น
ไข่
ผลไม้
ผัก
อร่อย
น้ำแข็ง
ช้อน
ก๋วยเตี๋ยว

บริกร
สลัด
ซุป
เครื่องเทศ
เก้าอี้
ปลา
ส้อม
น้ำ
เกลือ

31 - Bijen

ส	น	ม	ย	ป	ย	ส	แ	ต	เ	น	แ	า	ก
ฟ	ไ	น	ด	ช	ร	ว	ม	ว	ป	ี	ก	ผ	ม
ค	ซ	บ	ห	อ	ว	น	ล	ผ	็	ไ	ท	ด	ล
อ	า	ห	า	ร	ก	ต	ง	ป	น	บ	ท	ผ	ซ
ข	ะ	ข	ฟ	ฝ	ศ	ด	ท	ร	ป	ค	ผ	ง	า
ร	ี	น	ต	ล	ผ	ฉ	ป	ด	ร	น	ษ	ฝ	ถ
ญ	ะ	้	ด	อ	ก	ไ	ม	้	ะ	ภ	ป	บ	ณ
ผ	แ	บ	ผ	า	ล	ไ	จ	จ	โ	ค	ว	ี	น
ฝ	ู	ง	บ	ึ	ไ	ด	ล	ด	ย	ว	ท	ฟ	้
พ	ช	ฟ	ข	น	้	น	ป	ซ	ช	ั	ก	ผ	ำ
น	ไ	ษ	ศ	ว	ิ	ง	ท	ณ	น	น	ญ	เ	ผ
ผ	ซ	ณ	ข	อ	ก	เ	ต	ฟ	์	ต	ซ	ร	ึ
ผ	ล	ไ	ม	้	ล	ฟ	ว	ก	ข	ส	เ	ณ	้
พ	ี	ช	ว	ม	ว	ะ	ศ	ศ	ร	ั	ง	ู	ง

รัง
ดอกไม้
ดอก
ระบบนิเวศ
ผลไม้
น้ำผึ้ง
แมลง
ควีน
พืช
ควัน
เรณู
สวน
ปีก
อาหาร
เป็นประโยชน์
ขี้ผึ้ง
ฝูง

32 - School #1

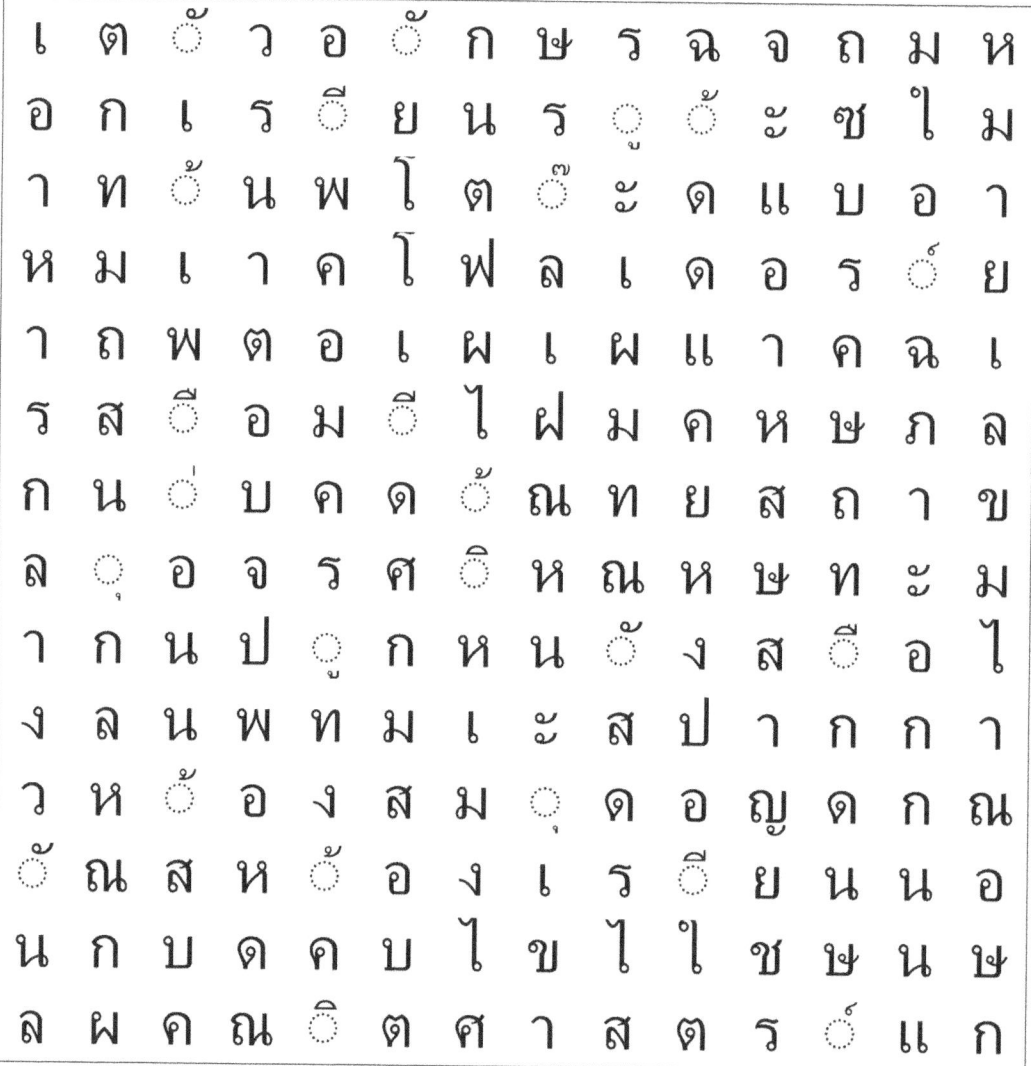

เ	ต	◌ั	ว	อ	◌ั	ก	ษ	ร	ฉ	จ	ถ	ม	ห
อ	ก	เ	ร	◌ี	ย	น	ร	◌ู	◌้	ะ	ซ	ไ	ม
า	ท	◌้	น	พ	โ	ต	◌๊	ะ	ด	แ	บ	อ	า
ห	ม	เ	า	ค	โ	ฟ	ล	เ	ด	อ	ร	◌์	ย
า	ถ	พ	ต	อ	เ	ผ	เ	ผ	แ	า	ค	ฉ	เ
ร	ส	◌ี	อ	ม	◌ี	ไ	ฝ	ม	ค	ห	ษ	ภ	ล
ก	น	◌่	บ	ค	ด	◌้	ณ	ท	ย	ส	ถ	า	ข
ล	◌ุ	อ	จ	ร	ศ	◌ิ	ห	ณ	ห	ษ	ท	ะ	ม
า	ก	น	ป	◌ู	ก	ห	น	◌ั	ง	ส	◌ื	อ	ไ
ง	ล	น	พ	ท	ม	เ	ะ	ส	ป	า	ก	ก	า
ว	ห	◌้	อ	ง	ส	ม	◌ุ	ด	อ	ญ	ด	ก	ณ
◌ั	ณ	ส	ห	◌้	อ	ง	เ	ร	◌ี	ย	น	น	อ
น	ก	บ	ด	ค	บ	ไ	ข	ไ	ไ	ช	ษ	น	ษ
ล	ผ	ค	ณ	◌ิ	ต	ศ	า	ส	ต	ร	◌์	แ	ก

ตัวอักษร
ตอบ
ห้องสมุด
หนังสือ
โต๊ะ
หมายเลข
สอบ
ห้องเรียน
ครู
เรียนรู้

อาหารกลางวัน
โฟลเดอร์
กระดาษ
ปากกา
สนุก
ดินสอ
เก้าอี้
เพื่อน
คณิตศาสตร์

33 - Wandelen

ล	ส	ผ	ฉ	ง	ะ	ค	ฉ	น	เ	ป	ภ	ธ	ศ
ป	ฉ	ร	ส	ล	ส	ญ	ก	ป	ห	ฐ	◌ู	ร	ศ
ไ	◌่	ฝ	ภ	◌ู	เ	ข	า	แ	น	ม	ม	ร	ห
พ	ท	า	า	บ	ข	ค	จ	ข	◌ี	น	◌ิ	ม	บ
ฉ	ท	ะ	พ	ก	ร	◌ำ	ษ	ฉ	◌่	◌ิ	อ	ช	ร
ซ	ห	ฝ	อ	ผ	ฉ	แ	ส	อ	อ	เ	า	า	อ
ห	น	◌้	า	ผ	า	น	ผ	◌ั	ย	ท	ก	ต	ง
น	เ	ร	ก	า	บ	ะ	แ	น	ต	ศ	า	◌ิ	เ
◌ั	ณ	ภ	า	ศ	ก	น	แ	ต	ท	ว	ศ	ป	ท
ก	ว	น	ศ	ค	ศ	◌ำ	ช	ร	ซ	◌ี	◌์	ค	◌้
ด	ษ	ย	ค	ศ	ห	ม	จ	า	น	ผ	◌่	ก	า
ห	◌ิ	น	ษ	เ	ม	ช	ท	ย	◌ุ	ง	ฉ	ฉ	บ
ก	า	ร	ต	ร	ะ	เ	ต	ร	◌ี	ย	ม	ศ	◌ู
น	◌ั	◌ำ	ด	ว	ง	อ	า	ท	◌ิ	ต	ย	◌์	ท

ภูเขา
สัตว์
อันตราย
คำแนะนำ
แผนที่
หน้าผา
ภูมิอากาศ
รองเท้าบูท
เหนื่อย
ยุง

ธรรมชาติ
ปฐมนิเทศ
หิน
การตระเตรียม
น้ำ
สภาพอากาศ
ป่า
ดวงอาทิตย์
หนัก

34 - Ecologie

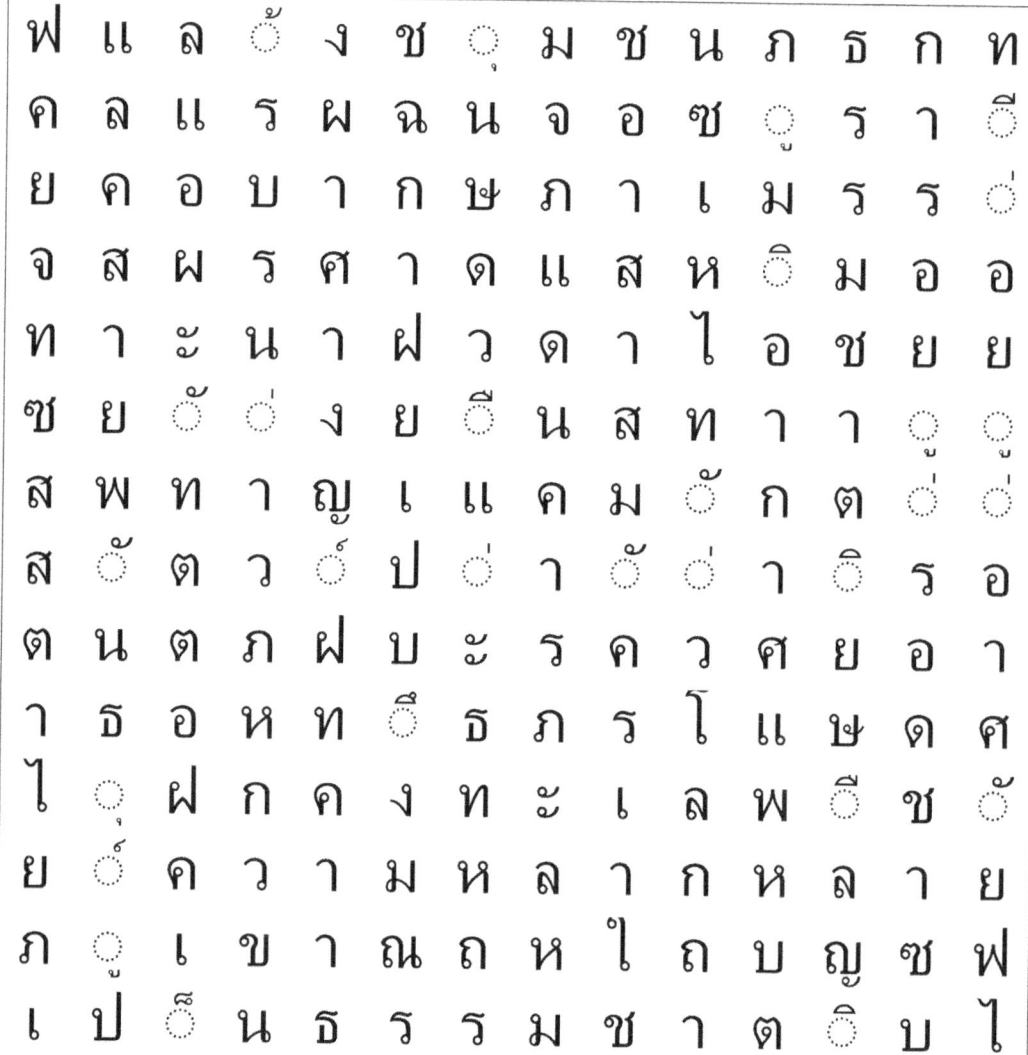

ฟ	แ	ล	◌ั	ง	ช	◌ุ	ม	ช	น	ภ	ธ	ก	ท
ค	ล	แ	ร	ผ	ฉ	น	จ	อ	ซ	◌ู	ร	า	◌ี
ย	ค	อ	บ	า	ก	ษ	ภ	า	เ	ม	ร	ร	◌่
จ	ส	ผ	ร	ศ	า	ด	แ	ส	ห	◌ิ	ม	อ	อ
ท	า	ะ	น	า	ฝ	ว	ด	า	ไ	อ	ช	ย	ย
ซ	ย	◌ั	◌่	ง	ย	◌ื	น	ส	ท	า	า	◌ู	◌ู
ส	พ	ท	า	ญ	เ	แ	ค	ม	◌ั	ก	ต	◌่	◌่
ส	◌ั	ต	ว	◌์	ป	◌่	า	◌ั	◌่	า	◌ิ	ร	อ
ต	น	ต	ภ	ฝ	บ	ะ	ร	ค	ว	ศ	ย	อ	า
า	ธ	อ	ห	ท	◌็	ธ	ภ	ร	โ	แ	ษ	ด	ศ
ไ	◌ุ	ฝ	ก	ค	ง	ท	ะ	เ	ล	พ	◌ี	ช	◌ั
ย	◌์	ค	ว	า	ม	ห	ล	า	ก	ห	ล	า	ย
ภ	◌ู	เ	ข	า	ณ	ถ	ห	ไ	ถ	บ	ญ	ซ	ฟ
เ	ป	◌็	น	ธ	ร	ร	ม	ช	า	ต	◌ิ	บ	ไ

ภูเขา
ความหลากหลาย
แล้ง
ยั่งยืน
สัตว์ป่า
ฟลอรา
ชุมชน
ทั่วโลก
ที่อยู่อาศัย

ภูมิอากาศ
ทะเล
บึง
ธรรมชาติ
เป็นธรรมชาติ
การอยู่รอด
สายพันธุ์
พืช
อาสาสมัคร

35 - Installaties

ส	ร	ท	ก	ร	ะ	บ	อ	ง	เ	พ	ช	ร	เ
ถ	ม	อ	ส	ส	์	ก	พ	ญ	ป	ฤ	ด	า	บ
แ	ป	ุ	๋	ย	ส	ว	น	ี	ไ	ก	อ	ก	อ
อ	ถ	ฉ	น	แ	ห	แ	ไ	น	ช	ษ	ก	เ	ร
น	ห	้	ป	ไ	ม	้	ไ	ผ	่	ศ	ไ	จ	์
ณ	ไ	ผ	่	ย	พ	ด	อ	ก	พ	า	ม	ย	ร
ห	ส	ด	า	ว	ค	ร	ว	พ	ะ	ส	้	ส	ี
า	ต	้	น	ไ	ม	้	ี	บ	จ	ต	ฝ	ด	่
อ	ไ	ค	ห	ท	เ	ข	่	ุ	ด	ร	ง	า	พ
น	น	ใ	ป	ฝ	ณ	ณ	เ	ช	ห	์	ฟ	อ	ช
ณ	ศ	บ	ณ	ผ	ท	ศ	ด	ม	ญ	ภ	ผ	ร	ข
ย	ไ	ไ	ต	ช	ม	ส	ภ	ง	้	ณ	ส	ฝ	ฝ
ง	ล	ม	ห	ฝ	ไ	ใ	จ	ซ	า	ห	ช	ต	ท
ง	า	้	ก	ฟ	ล	อ	ร	า	ฟ	ช	ถ	ใ	ถ

ไม้ไผ่
เบอร์รี่
ดอกไม้
ดอก
ต้นไม้
ถั่ว
ป่า
กระบองเพชร
ฟลอรา
ใบไม้
หญ้า
ไอวี่
สมุนไพร
ปุ๋ย
มอสส์
พฤกษศาสตร์
บุช
สวน
พืช
ราก

36 - School #2

ค	ร	◌ู	ค	ว	ห	ก	ง	ถ	ศ	แ	ญ	ด	ล
ณ	ด	ล	อ	◌ิ	ร	น	า	เ	พ	◌ี	◌่	อ	น
◌ิ	ก	ไ	ม	ท	อ	ร	◌ั	ร	ซ	ซ	ท	ะ	ฝ
ต	ร	น	พ	ย	ง	พ	ณ	ง	บ	ต	ถ	ล	พ
ศ	ร	ษ	◌ิ	า	เ	จ	ถ	ก	ส	◌้	ถ	ด	ส
า	ไ	ห	ว	ศ	ท	น	ป	ก	ร	◌ี	า	เ	ซ
ส	ก	◌้	เ	า	◌้	า	ฏ	า	ผ	ร	อ	น	ล
ต	ร	อ	ต	ส	า	น	◌ิ	ร	ถ	เ	ม	ล	◌์
ร	ว	ง	อ	ต	ท	◌ุ	ท	ศ	ไ	ท	ไ	ะ	ท
◌์	ญ	ส	ร	ร	บ	ก	◌ิ	◌ึ	ผ	ะ	ล	ป	ไ
ห	ฝ	ม	◌์	◌์	ญ	ร	น	ก	ร	ะ	ด	า	ษ
ษ	ะ	◌ุ	ด	ภ	ล	ม	ไ	ษ	ฝ	ฉ	น	ก	ซ
ย	ธ	ด	◌ิ	น	ส	อ	ย	า	ง	ล	บ	ก	บ
ภ	ไ	ว	ย	า	ก	ร	ณ	◌์	ด	ต	พ	า	ฝ

ห้องสมุด
หนังสือ
รถเมล์
คอมพิวเตอร์
ยางลบ
ไวยากรณ์
การบ้าน
ปฏิทิน
ครู
วรรณกรรม
การศึกษา
กระดาษ
ปากกา
ดินสอ
กรรไกร
รองเท้า
เพื่อน
วิทยาศาสตร์
คณิตศาสตร์
พจนานุกรม

37 - Oceaan

แ	พ	ป	ซ	ห	ป	ร	ท	ป	ไ	ล	ข	แ	จ
อ	ญ	ะ	ล	อ	ล	◌ี	ว	ล	บ	น	ถ	ม	ซ
ษ	แ	ก	ธ	ย	า	ฟ	ไ	า	ธ	◌้	ถ	ง	ส
อ	ว	า	ผ	น	ไ	ร	เ	ห	ฬ	◌ำ	บ	ก	ฝ
ฟ	ษ	ร	า	า	ห	ศ	ศ	ม	ป	ข	เ	ะ	ท
แ	อ	◌ั	ท	ง	ล	ว	ะ	◌ื	า	◌ื	ฟ	พ	ด
ะ	ป	ง	◌ู	ร	ป	ล	า	ก	◌ุ	◌้	ง	ร	เ
ส	◌ู	ฝ	น	ม	ไ	ว	ผ	ย	ป	น	บ	◌ุ	ก
า	า	จ	◌่	◌้	ฉ	า	ษ	◌ั	ล	น	ว	น	ล
ไ	ช	ห	า	ษ	◌ำ	เ	ค	ก	า	◌้	ฉ	ไ	◌ี
ล	อ	ภ	ร	เ	น	ร	พ	ษ	โ	◌ำ	ล	ม	อ
เ	ต	◌่	า	◌่	ข	◌ี	า	◌์	ล	ล	า	ธ	ไ
ล	ะ	พ	ภ	ง	า	อ	ย	น	ม	ง	ม	ป	ญ
ผ	จ	ห	ง	ล	ส	ย	◌ุ	ท	า	น	ไ	ธ	พ

ปลาไหล
สาหร่าย
เรือ
ปลาโลมา
กุ้ง
น้ำขึ้นน้ำลง
ฉลาม
ปะการัง
ปู
แมงกะพรุน
ปลาหมึกยักษ์
หอยนางรม
รีฟ
เต่า
ฟองน้ำ
พายุ
ทูน่า
ปลา
วาฬ
เกลือ

38 - Landen #2

เ	ด	น	ม	า	ร	◌์	ก	ร	◌ี	ซ	ก	ผ	ย
พ	แ	า	ช	า	ไ	ล	บ	◌ี	เ	ร	◌ี	ย	◌ู
เ	บ	เ	ข	ธ	เ	ม	◌็	ก	ซ	◌ิ	โ	ก	ก
ญ	ต	ฟ	อ	จ	ค	ล	ซ	◌ี	เ	ร	◌ี	ย	◌ั
ย	◌ู	เ	ค	ร	น	ช	เ	ล	บ	า	น	อ	น
ฉ	ศ	ธ	ต	◌ั	ย	ะ	พ	ซ	ญ	ล	า	ว	ด
ภ	ฝ	ณ	ก	ส	า	ศ	ด	ไ	◌ี	ณ	ฝ	ย	า
โ	ซ	ม	า	เ	ล	◌ี	ย	ซ	◌่	ย	ฟ	ข	ษ
เ	ะ	า	ช	ซ	ย	ส	อ	ษ	ป	ส	ช	ล	เ
น	ไ	น	จ	◌ี	เ	ร	◌ี	ย	◌ุ	ง	ไ	ภ	ท
ป	ซ	ล	ข	ย	ซ	ฝ	ร	◌ั	◌่	ง	เ	ศ	ส
า	จ	จ	ไ	อ	ร	◌์	แ	ล	น	ด	◌์	ฟ	ฝ
ล	ช	เ	อ	ธ	◌ิ	โ	อ	เ	ป	◌ี	ย	ช	จ
อ	◌ิ	น	โ	ด	น	◌ี	เ	ซ	◌ี	ย	ด	ย	พ

เดนมาร์ก
เอธิโอเปีย
ฝรั่งเศส
กรีซ
ไอร์แลนด์
อินโดนีเซีย
ญี่ปุ่น
เคนยา
ลาว
เลบานอน
ไลบีเรีย
มาเลเซีย
เม็กซิโก
เนปาล
ไนจีเรีย
ยูกันดา
ยูเครน
รัสเซีย
โซมาเลีย
ซีเรีย

39 - Bloemen

โ	บ	ภ	า	แ	ม	ก	โ	น	เ	ล	◌ี	ย	ก
ค	ะ	ต	ต	ท	◌ิ	ว	ล	◌ิ	ป	า	ด	ป	ล
ล	ม	ะ	ล	◌ิ	ม	ฝ	เ	◌ี	ภ	เ	ด	น	◌้
เ	เ	ด	ซ	◌ี	◌่	ณ	ส	ภ	บ	ว	แ	ป	ว
ว	ก	พ	◌ุ	ด	ว	ถ	า	ป	ภ	น	ด	ผ	ย
อ	เ	◌ุ	ซ	ล	ง	ผ	ว	◌๊	ฉ	เ	น	ภ	ไ
ร	ฉ	ฝ	ห	ร	◌ิ	ป	ร	อ	ฝ	ด	ด	ญ	ม
◌์	ศ	ง	า	ล	ฉ	ล	ส	ป	ก	อ	◌ิ	ส	◌้
ส	ไ	ร	ง	ธ	า	ง	ล	ป	ซ	ร	ไ	ร	พ
โ	บ	ต	◌ั	◌๋	น	บ	ร	◌ี	ค	◌์	ล	ต	ต
ช	◌่	อ	ด	อ	ก	ไ	ม	◌้	◌่	ร	อ	ค	ญ
บ	บ	ญ	บ	ถ	ไ	ธ	ศ	ส	ล	า	อ	ล	า
า	ด	อ	ก	ท	า	น	ต	ะ	ว	◌ั	น	ณ	ท
ต	ต	ณ	ค	ผ	ผ	ไ	ข	ซ	จ	ส	ฟ	ห	ฟ

กลีบ
ช่อดอกไม้
พุด
ชบา
มะลิ
โคลเวอร์
ลาเวนเดอร์
ลิลลี่
ม่วง
เดซี่
แมกโนเลีย
กล้วยไม้
แดนดิไลออน
ป๊อปปี้
เสาวรส
โบตั๋น
กุหลาบ
ทิวลิป
ดอกทานตะวัน

40 - Huisdieren

ล	◌ู	ก	ห	ม	า	ป	ว	เ	ย	ก	ก	ก	ส
ก	บ	ว	ท	ร	ะ	ล	ถ	◌ั	ไ	ร	ร	ม	◌ั
แ	ธ	ม	ค	อ	ด	า	ล	ม	ว	ง	ะ	เ	ต
แ	ฮ	ม	ส	เ	ต	อ	ร	◌์	ง	เ	ต	ษ	ว
ม	ซ	ก	ว	ต	ล	ห	ซ	ก	ไ	ล	◌่	ล	แ
ว	ภ	ด	ย	◌่	ท	พ	น	◌้	◌ำ	◌็	า	◌ู	พ
ฉ	ด	ม	ช	า	ญ	ผ	บ	◌ู	ไ	บ	ย	ก	ท
อ	ผ	ว	ภ	อ	◌ุ	◌้	ง	เ	ท	◌้	า	แ	ย
แ	พ	ะ	ห	น	า	ห	ญ	ณ	ก	ม	ล	ม	◌์
ย	ย	จ	า	ก	ช	ห	ะ	ก	เ	แ	ง	ว	จ
ญ	ณ	ฉ	ง	แ	ว	ม	า	พ	อ	ง	ส	ซ	ช
ก	◌ิ	◌้	ง	ก	◌่	า	ส	ร	ศ	ว	ฝ	ศ	ข
ว	ไ	ต	อ	◌้	ม	ช	ไ	ฝ	ธ	ไ	ย	ร	ญ
ม	ภ	ะ	ข	ว	ผ	ณ	ศ	ช	ก	ธ	ย	ผ	ส

สัตวแพทย์
แพะ
กิ้งก่า
แฮมสเตอร์
หมา
แมว
ลูกแมว
กรงเล็บ
วัว
กระต่าย
หนู
นกแก้ว
อุ้งเท้า
ลูกหมา
เต่า
หาง
ปลา
อาหาร
น้ำ

41 - Landschappen

ภ	ค	ท	ต	แ	ม	◌่	น	◌้	◌ำ	ย	ถ	ป	ธ
แ	◌ู	ะ	ย	บ	ผ	ซ	ษ	◌้	จ	ษ	ต	า	ถ
ท	ะ	เ	ล	ท	ร	า	ย	ท	◌ำ	ล	า	ม	ร
ท	ท	ล	ข	อ	เ	ก	า	ะ	ธ	ต	ถ	◌้	◌ำ
อ	ะ	ส	ช	า	ย	ห	า	ด	อ	ะ	ก	ม	ช
จ	เ	า	จ	ท	ไ	ก	เ	ซ	อ	ร	◌์	ห	ศ
ท	ล	บ	ท	พ	ฟ	ฟ	ภ	บ	◌ึ	ง	ภ	า	ไ
ห	◌ุ	บ	เ	ข	า	แ	◌ู	า	ป	โ	ย	ส	ถ
ะ	ข	น	เ	น	◌ิ	น	เ	ข	า	อ	ก	ม	เ
ส	เ	ว	ด	ฉ	ผ	ง	ข	น	ผ	เ	ร	◌ุ	ห
า	ย	ช	พ	ร	ฝ	ษ	า	ผ	พ	อ	ะ	ท	อ
ถ	ม	ภ	พ	ก	า	อ	แ	ม	ว	ซ	ส	ร	พ
ธ	า	ร	น	◌้	◌ำ	แ	ข	◌็	ง	◌ิ	ช	ห	ค
ค	า	บ	ส	ม	◌ุ	ท	ร	ฉ	ถ	ส	อ	ค	อ

ภูเขา
เกาะ
ไกเซอร์
ธารน้ำแข็ง
ถ้ำ
เนินเขา
ทะเลสาบ
บึง
โอเอซิส
มหาสมุทร
แม่น้ำ
คาบสมุทร
ชายหาด
ทุนดรา
หุบเขา
ภูเขาไฟ
น้ำตก
ทะเลทราย
ทะเล

42 - Tuin

ว	ก	ว	ล	ข	ล	ช	พ	น	ง	ฟ	ฟ	ศ	ฉ
ช	ง	ย	ง	ต	เ	ป	ล	ญ	ว	น	ข	ก	อ
บ	◌ุ	ช	ม	ั้	า	น	ั้	่	ง	แ	ภ	ฉ	ษ
◌่	ล	า	ด	ิ	น	ค	่	ญ	พ	ท	่	อ	ญ
อ	ร	น	ส	ว	น	า	ว	ฟ	เ	ร	ค	โ	ก
น	จ	บ	ส	น	ฝ	ด	อ	ก	ไ	ม	้	ร	ร
้	ค	้	ข	ว	า	ษ	ต	า	ห	โ	ธ	ง	ะ
ำ	ธ	า	ป	ศ	น	ม	บ	ภ	ญ	พ	ค	ร	เ
ต	้	น	ไ	ม	้	ผ	ห	ซ	้	ล	ร	ถ	บ
ผ	ฟ	ธ	ร	จ	ธ	ญ	ล	ญ	า	ี	า	ฉ	ี
ค	บ	ก	ล	ั	ส	ป	ศ	ไ	้	น	ด	แ	ย
ไ	ธ	ง	ษ	ฟ	้	ป	า	จ	ม	า	ฉ	ษ	ง
ว	ั	ช	พ	ื	ช	ว	ถ	ม	พ	้	ฉ	ย	ห
ศ	น	ศ	เ	า	น	ะ	ซ	เ	ค	ฉ	ถ	ค	ป

ม้านั่ง	รั้ว
ดอกไม้	วัชพืช
ดิน	พลั่ว
ต้นไม้	ท่อ
สวนผลไม้	บุช
โรงรถ	ชานบ้าน
สนามหญ้า	แทรมโพลีน
หญ้า	สวน
เปลญวน	ระเบียง
คราด	บ่อน้ำ

43 - Katten

ก	ห	ท	ภ	ใ	ะ	ล	า	ค	ภ	ย	อ	ท	ษ
ฟ	ร	ง	พ	ษ	ไ	ป	ข	ศ	ฝ	ง	ป	ข	ม
พ	แ	ง	ก	บ	ฟ	◌่	น	◌ี	ก	แ	ธ	า	ธ
อ	า	ย	เ	ภ	แ	า	อ	ห	◌้	ต	ช	ร	ญ
◌ิ	ม	ว	ฮ	ล	ท	ภ	น	พ	ซ	เ	ค	ก	า
ส	ถ	บ	◌ั	ถ	◌็	ย	ห	จ	ะ	ส	ล	ร	ะ
ร	ญ	◌ุ	น	ไ	ท	บ	◌้	า	ษ	◌้	ภ	◌่	ส
ะ	ค	ค	เ	ข	ภ	เ	ร	◌็	ว	น	ร	ท	น
แ	ด	ล	ต	เ	เ	ญ	ะ	ส	ซ	ด	บ	ไ	◌้
ฉ	ไ	◌ิ	อ	ห	ก	ส	เ	ต	ว	◌้	ก	ซ	อ
ง	ใ	ก	ร	อ	ร	ฉ	ศ	ฝ	ห	า	ง	า	ย
ภ	ต	ภ	◌์	น	ม	จ	ป	ผ	น	ย	ฉ	ถ	ล
อ	ล	า	ผ	ป	ใ	ใ	อ	เ	◌ู	ก	ด	ว	ษ
ป	ก	พ	ซ	ผ	ก	ย	ช	ซ	ถ	อ	ป	ฝ	ข

ขน
เส้นด้าย
บ้า
ตลก
ฮันเตอร์
กรงเล็บ
น้อย
หนู
อิสระ
บุคลิกภาพ
พาว
นอน
เร็ว
ขี้เล่น
หาง
อาย
ป่า

44 - Beroepen #2

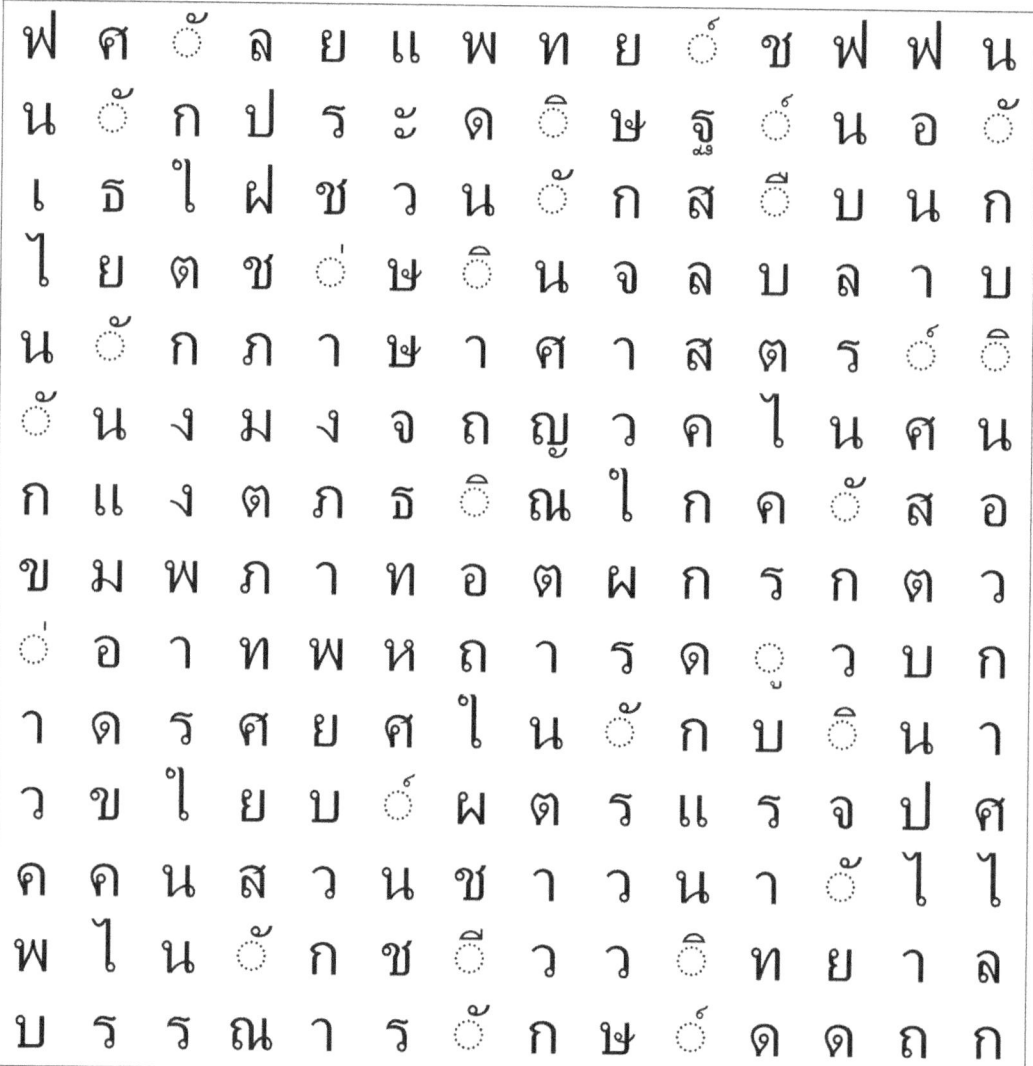

ฟ	ศ	ั	ล	ย	แ	พ	ท	ย	์	ช	ฟ	ฟ	น
น	ั	ก	ป	ร	ะ	ด	ิ	ษ	ฐ	์	น	อ	ั
เ	ธ	ไ	ฝ	ช	ว	น	ั	ก	ส	ื	บ	น	ก
ไ	ย	ต	ช	่	ษ	ิ	น	จ	ล	บ	ล	า	บ
น	ั	ก	ภ	า	ษ	า	ศ	า	ส	ต	ร	์	ิ
ั	น	ง	ม	ง	จ	ถ	ญ	ว	ค	ไ	น	ศ	น
ก	แ	ง	ต	ภ	ธ	ิ	ณ	ไ	ก	ค	ั	ส	อ
ข	ม	พ	ภ	า	ท	อ	ต	ผ	ก	ร	ก	ต	ว
่	อ	า	ท	พ	ห	ถ	า	ร	ด	ุ	ว	บ	ก
า	ด	ร	ศ	ย	ศ	ไ	น	ั	ก	บ	ิ	น	า
ว	ข	ไ	ย	บ	์	ผ	ต	ร	แ	ร	จ	ป	ศ
ค	ค	น	ส	ว	น	ช	า	ว	น	า	ั	ไ	ไ
พ	ไ	น	ั	ก	ช	ี	ว	ว	ิ	ท	ย	า	ล
บ	ร	ร	ณ	า	ร	ั	ก	ษ	์	ด	ด	ถ	ก

แพทย์   นักข่าว
นักบินอวกาศ   ครู
บรรณารักษ์   นักภาษาศาสตร์
นักชีววิทยา   นักวิจัย
ชาวนา   นักบิน
ศัลยแพทย์   จิตรกร
นักสืบ   คนสวน
ช่างภาพ   นักประดิษฐ์
วิศวกร

45 - Komedie

เ	ส	◌ี	ย	ง	ห	◌ั	ว	เ	ร	า	ะ	ย	น
ส	แ	จ	ม	า	ผ	ต	ส	ส	ซ	ห	เ	ร	◌ั
◌ี	ส	ง	ก	ธ	ด	ณ	◌ั	น	ค	ข	ษ	ล	ก
ย	ด	ะ	น	ล	เ	ด	ก	ว	◌ุ	เ	ฝ	◌้	แ
ง	ง	น	◌ั	ก	แ	ส	ด	ง	ต	ก	ป	อ	ส
ป	อ	โ	ท	ร	ท	◌ั	ศ	น	◌์	ล	ท	เ	ด
ร	อ	ณ	เ	ร	◌ี	◌่	อ	ง	ต	ล	ก	ล	ง
บ	ก	ห	ม	โ	ร	ง	ล	ะ	ค	ร	ฝ	◌ี	ห
ม	ร	จ	ไ	า	ท	ผ	ซ	ซ	ร	ม	ฉ	ย	ญ
◌ี	ผ	ค	จ	อ	า	ร	ม	ณ	◌์	ข	◌ั	น	◌ิ
อ	ม	ไ	ผ	◌ู	◌้	ช	ม	ม	ร	ษ	ต	ซ	ง
ถ	ะ	ศ	ป	ร	ะ	เ	ภ	ท	ล	ฉ	ล	า	ด
ป	ฏ	◌ิ	ภ	า	ณ	โ	ว	ห	า	ร	ก	อ	ร
ร	ศ	น	ะ	จ	า	ธ	ฉ	ห	ห	ค	พ	ผ	ช

นักแสดง
นักแสดงหญิง
เสียงปรบมือ
ตัวตลก
แสดงออก
เสียงหัวเราะ
ประเภท
เรื่องตลก
ตลก
อารมณ์ขัน
ปฏิภาณโวหาร
ล้อเลียน
สนุก
ผู้ชม
ฉลาด
โทรทัศน์
โรงละคร

46 - Dagen en Maanden

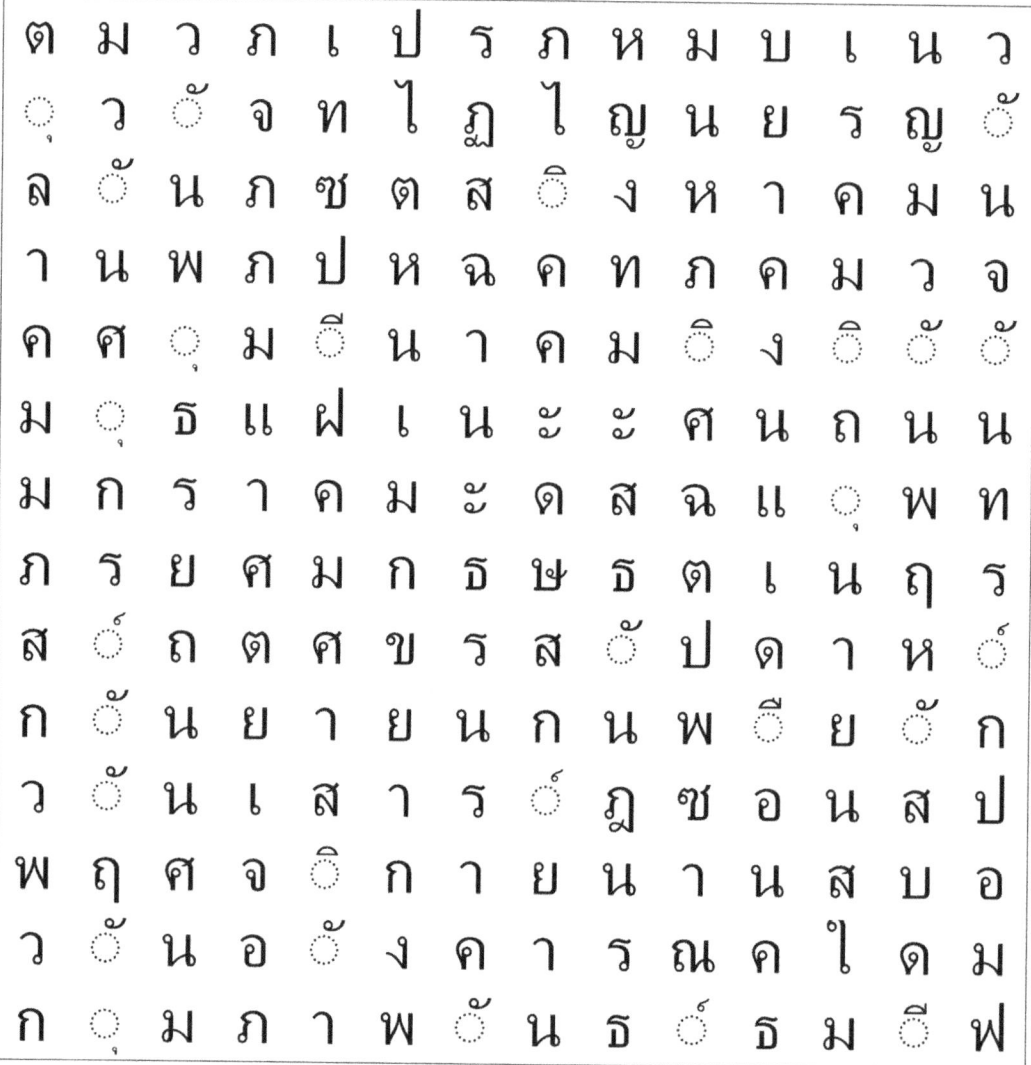

ต	ม	ว	ภ	เ	ป	ร	ภ	ห	ม	บ	เ	น	ว
◌ุ	ว	◌ั	จ	ท	ไ	ฎ	ไ	ญ	น	ย	ร	ญ	◌ั
ล	◌ั	น	ภ	ซ	ต	ส	◌ิ	ง	ห	า	ค	ม	น
า	น	พ	ภ	ป	ห	ฉ	ค	ท	ภ	ค	ม	ว	จ
ค	ศ	◌ุ	ม	◌ี	น	า	ค	ม	◌ิ	ง	◌ิ	◌ั	◌ั
ม	◌ุ	ธ	แ	ฝ	เ	น	ะ	ะ	ศ	น	ถ	น	น
ม	ก	ร	า	ค	ม	ะ	ด	ส	ฉ	แ	◌ุ	พ	ท
ภ	ร	ย	ศ	ม	ก	ธ	ษ	ธ	ต	เ	น	ฤ	ร
ส	◌์	ถ	ต	ศ	ข	ร	ส	◌ั	ป	ด	า	ห	◌์
ก	◌ั	น	ย	า	ย	น	ก	น	พ	◌ื	ย	◌ั	ก
ว	◌ั	น	เ	ส	า	ร	◌์	ฎ	ซ	อ	น	ส	ป
พ	ฤ	ศ	จ	◌ิ	ก	า	ย	น	า	น	ส	บ	อ
ว	◌ั	น	อ	◌ั	ง	ค	า	ร	ณ	ค	ไ	ด	ม
ก	◌ุ	ม	ภ	า	พ	◌ั	น	ธ	◌์	ธ	ม	◌ี	ฝ

สิงหาคม
วันอังคาร
วันพฤหัสบดี
กุมภาพันธ์
ปี
มกราคม
กรกฎาคม
มิถุนายน
ปฏิทิน
เดือน
วันจันทร์
มีนาคม
พฤศจิกายน
ตุลาคม
กันยายน
วันศุกร์
สัปดาห์
วันพุธ
วันเสาร์

47 - Beeldende Kunsten

ะ	ล	ม	ณ	เ	ซ	ร	า	ม	◌ิ	ก	ด	ง	ศ
ป	ท	ไ	ล	ม	ค	ฟ	ซ	พ	ฝ	ช	◌ิ	ช	ไ
ะ	ถ	ง	ญ	ศ	ม	ล	จ	ห	ป	อ	น	ษ	เ
ฟ	แ	น	ฝ	ย	ย	ซ	ย	ไ	ธ	ล	ส	ซ	ถ
◌ิ	ภ	า	พ	ว	า	ด	ถ	◌์	า	◌์	อ	ต	ญ
ล	ฟ	า	ป	ร	ะ	ต	◌ิ	ม	า	ก	ร	ร	ม
◌์	ฝ	ว	พ	ภ	ข	ฟ	ค	า	ร	ศ	แ	เ	ค
ม	ง	อ	ล	ถ	ส	เ	ต	น	ซ	◌ิ	ล	า	◌์
ร	◌ุ	ห	จ	ภ	◌่	ณ	ฝ	ไ	จ	ล	ส	เ	ป
ธ	ม	ม	ฝ	ย	ธ	า	เ	ฝ	ษ	ป	ก	ถ	ร
ะ	ข	ฝ	ม	ภ	ห	ม	ย	ไ	ซ	◌ิ	ง	ศ	ะ
ศ	ญ	ง	บ	อ	ป	ถ	◌่	า	น	น	ย	ไ	ก
ป	า	ก	ก	า	ง	แ	น	ว	ต	◌ั	◌้	ง	อ
ส	ถ	า	ป	◌ั	ต	ย	ก	ร	ร	ม	ภ	ส	บ

สถาปัตยกรรม
ศิลปิน
ประติมากรรม
ฟิล์ม
ภาพถ่าย
ถ่าน
เซรามิก
เคลย์
ชอล์ก
ปากกา
มุมมอง
แนวตั้ง
ดินสอ
ค์ประกอบ
ภาพวาด
สเตนซิล

48 - Menselijk Lichaam

ถ	เ	ข	◌่	า	ฉ	ฟ	จ	เ	ด	ป	ธ	ง	พ
ถ	ษ	ส	ก	ผ	แ	ห	ม	ถ	ข	ผ	เ	ม	ข
น	ซ	ม	◌ื	อ	ค	อ	◌ู	ป	ซ	ต	ต	ญ	า
ข	◌้	อ	เ	ท	◌้	า	ก	ข	◌้	อ	ศ	อ	ก
ญ	า	ง	ห	จ	า	ไ	ง	ท	น	ป	ซ	ช	ร
ไ	ไ	อ	ง	ช	ฝ	ว	ส	ท	ฝ	า	ย	ผ	ร
ห	◌ั	ว	ใ	จ	ก	ล	า	ย	ผ	ก	ภ	เ	ไ
ล	◌ู	ญ	ณ	ด	ม	◌ิ	ฝ	บ	◌ิ	ไ	ะ	ล	ก
◌่	ซ	ซ	ร	ซ	ภ	◌้	ห	◌ั	ว	น	เ	◌ื	ร
ไ	ศ	ไ	ค	บ	ง	น	◌ิ	◌้	ว	ว	ล	อ	ท
ะ	ฟ	ะ	บ	ญ	ฟ	บ	ญ	ภ	อ	ต	ล	ด	◌้
ย	ะ	ง	ญ	ม	น	ไ	ณ	ถ	ซ	ซ	ไ	ป	อ
ม	จ	น	ค	ค	ฉ	ท	ศ	ถ	ฉ	า	ใ	ธ	ง
พ	ห	ข	อ	ท	ฉ	เ	ณ	ภ	ะ	ง	ณ	จ	ต

ขา
เลือด
ข้อศอก
ข้อเท้า
มือ
หัวใจ
สมอง
หัว
ผิว
ขากรรไกร

คาง
เข่า
ท้อง
ปาก
คอ
จมูก
หู
ไหล่
ลิ้น
นิ้ว

49 - Familie

น	ค	ส	ต	เ	ผ	ณ	า	ฝ	ล	ม	ธ	ภ	ต
ธ	◌้	ล	ท	ด	ง	แ	ม	◌่	ซ	ซ	ะ	ฝ	ป
ด	ภ	อ	◌ู	◌็	ก	ต	ข	ด	ล	◌ุ	ง	ค	ย
ร	น	ล	ง	ก	ท	ส	ย	ล	ภ	ร	ร	ย	า
ไ	ช	ฝ	ฟ	ช	ส	ง	ะ	พ	ณ	ถ	ต	ไ	ย
บ	ด	ส	ค	ท	า	า	น	◌้	อ	ง	ส	า	ว
ร	พ	ธ	า	ต	ซ	ย	ว	ฟ	ข	ท	ธ	ง	า
ร	แ	ซ	ร	ผ	ไ	ค	ว	◌ั	ย	เ	ด	◌็	ก
พ	ป	◌้	า	ช	ย	ญ	ฝ	พ	ล	ณ	ต	ถ	ข
บ	◌ู	ห	ล	า	น	ส	า	ว	◌่	ว	บ	ร	ถ
◌ุ	◌่	ล	ถ	ไ	ง	ธ	แ	ย	พ	อ	ล	ป	จ
ร	ส	า	ม	◌ี	อ	ถ	ฝ	จ	ล	ฝ	ภ	ณ	พ
◌ุ	ศ	น	ฉ	ไ	ฉ	ผ	ด	ไ	ฉ	เ	ม	บ	ถ
ษ	ห	ล	า	น	ช	า	ย	ผ	ฉ	ษ	ร	ท	ฉ

น้องชาย
ลูกสาว
ยาย
วัยเด็ก
เด็ก
หลาน
สามี
แม่
หลานชาย
หลานสาว
ลุง
ปู่
ป้า
ฝาแฝด
พ่อ
บรรพบุรุษ
ภรรยา
น้องสาว

50 - Gebouwen

โ	ซ	ห	โ	พ	ส	า	ณ	ส	ผ	โ	ย	โ	ท
ร	ห	อ	ร	◌ิ	ถ	ฉ	ส	น	โ	ร	ง	ร	ถ
ง	อ	ค	ง	พ	า	ง	แ	า	ป	ง	ฟ	ง	โ
น	ด	อ	แ	◌ิ	น	จ	ไ	ม	ร	เ	ส	ล	ร
า	◌ู	ย	ร	ธ	ท	ท	จ	ก	า	ร	ไ	ะ	ง
ศ	ด	ฝ	ม	ภ	◌ู	ผ	ว	◌ี	ส	◌ี	ร	ค	พ
ถ	า	ะ	ก	◌ั	ต	เ	อ	ฬ	า	ย	อ	ร	ย
ฝ	ว	ด	ต	ณ	ช	ฝ	ต	า	ท	น	แ	ร	า
ก	ผ	ฟ	ฟ	ฑ	ร	ล	ป	◌็	ม	ศ	ข	แ	บ
อ	พ	า	ร	◌์	ท	เ	ม	◌้	น	ห	ล	ซ	า
ฟ	โ	ร	ง	ง	า	น	น	อ	อ	ท	◌้	แ	ล
ข	ส	◌์	ไ	แ	ป	ผ	ป	ผ	ซ	แ	◌์	า	ไ
ะ	ษ	ม	ห	า	ว	◌ิ	ท	ย	า	ล	◌ั	ย	ง
น	บ	◌้	า	น	ส	ณ	ว	ส	ษ	เ	ว	จ	ค

สถานทูต
อพาร์ทเม้น
ฟาร์ม
ห้าง
โรงงาน
โรงรถ
โรงแรม
บ้าน
ปราสาท
พิพิธภัณฑ์
หอดูดาว
โรงเรียน
โรงนา
สนามกีฬา
เต็นท์
โรงละคร
หอคอย
มหาวิทยาลัย
โรงพยาบาล

51 - Kunst

ก	ซ	ส	ร	◌้	า	ง	ไ	จ	ะ	ซ	ถ	ห	เ
า	◌ี	ถ	เ	ร	◌ี	◌่	อ	ง	ภ	ณ	ณ	บ	ซ
ร	◌่	◌ิ	ซ	◌ั	บ	ซ	◌้	อ	น	า	ส	ธ	ร
แ	อ	ต	ห	ย	ฟ	ซ	ง	◌่	า	ย	พ	ย	า
ส	ส	ย	ไ	อ	ไ	ช	ซ	อ	ข	ร	ธ	บ	ม
ด	◌ั	ศ	ต	ฝ	ญ	ษ	ร	ธ	เ	พ	ม	ฉ	◌ิ
ง	ต	า	◌้	ภ	า	พ	ว	า	ด	ฟ	ช	ณ	ค
อ	ย	ส	น	า	ส	◌ั	ญ	ล	◌ั	ก	ษ	ณ	◌์
อ	◌์	ต	ฉ	ส	◌่	ว	น	ต	◌ั	ว	ฉ	า	ผ
ก	ท	ร	บ	ท	ก	ว	◌ี	ษ	ย	า	า	ท	ล
พ	ภ	◌์	◌ั	ช	ช	ซ	จ	พ	ช	ด	ล	ญ	เ
ว	ฟ	ว	บ	ซ	ร	ป	ไ	บ	ซ	ภ	ฝ	ม	ฟ
ส	◌่	ว	น	ป	ร	ะ	ก	อ	บ	า	ห	ห	บ
ถ	พ	ต	ม	ภ	ม	ร	ย	ร	ผ	พ	ม	ณ	ช

ซับซ้อน
สร้าง
ง่าย
ซื่อสัตย์
อารมณ์
เซรามิค
เรื่อง
ต้นฉบับ
ส่วนตัว

บทกวี
วาดภาพ
ส่วนประกอบ
ภาพวาด
สถิตยศาสตร์
สัญลักษณ์
การแสดงออก
ภาพ

52 - Beroepen #1

พ	ด	ษ	ฉ	ศ	น	ฉ	ษ	ม	บ	ส	า	น	ท
ย	◌ั	ถ	พ	ช	◌ั	า	แ	ผ	ร	◌ั	ห	◌ั	น
า	บ	ม	ไ	◌่	ก	ฝ	ถ	ผ	ร	ต	ม	ก	า
บ	เ	แ	ค	า	ด	ธ	ท	ถ	ณ	ว	อ	ธ	ย
า	พ	ผ	น	ง	น	ป	ร	ด	า	แ	◌ั	ร	ค
ล	ล	น	ญ	ป	ต	ข	ะ	น	ธ	พ	ญ	ณ	ว
ฉ	◌ิ	น	ว	ร	ร	ณ	ป	ง	◌ิ	ท	ม	◌ี	า
น	ง	◌ั	บ	ะ	◌ี	ไ	พ	ซ	ก	ย	ณ	ว	ม
น	◌ั	ก	เ	ป	◌ี	ย	โ	น	า	◌์	◌ี	◌ิ	ล
ง	ธ	ก	ฝ	า	ผ	ธ	ด	ป	ร	า	ห	ท	น
ถ	ป	◌ี	เ	ภ	ส	◌ั	ช	ก	ร	า	ป	ย	ป
แ	บ	ฟ	ด	ต	ศ	ธ	พ	แ	ส	ช	◌่	า	ง
ช	ช	า	ถ	ญ	◌้	ป	ล	ห	ไ	ว	ษ	ร	ศ
ผ	ห	ส	ม	ฮ	◌ั	น	เ	ต	อ	ร	◌์	ก	แ

ทนายความ
เภสัชกร
นักกีฬา
ดับเพลิง
นักเต้น
สัตวแพทย์
หมอ
บรรณาธิการ
นักธรณีวิทยา
ฮันเตอร์
อัญมณี
ช่างประปา
ช่าง
นักดนตรี
นักเปียโน
พยาบาล

53 - Kastelen

ฟ	ป	◌้	อ	ม	ง	ก	◌ุ	ฎ	ด	ส	เ	พ	อ
ไ	◌ิ	ช	◌ั	◌้	น	ส	◌ู	ง	ท	ถ	จ	ร	า
ษ	ส	ว	เ	จ	◌้	า	ห	ญ	◌ิ	ง	◌้	ะ	ณ
ท	น	พ	ด	บ	ย	ณ	ล	ล	แ	ผ	า	ร	า
ฝ	พ	ผ	น	◌ั	ง	◌ู	ย	ศ	ม	อ	ช	า	จ
แ	ม	ว	ม	โ	ล	◌่	น	ภ	◌้	ห	า	ช	◌ั
ว	ภ	เ	ฝ	◌ั	ษ	ไ	ภ	◌ิ	า	ล	ย	ว	ก
ร	ต	ต	ต	ต	ง	ช	ร	ถ	ค	ฉ	เ	◌ั	ร
ย	ส	ก	ฉ	ศ	ญ	ก	ต	ช	บ	อ	ล	ง	ซ
ถ	ล	ห	อ	ช	ย	า	ร	ช	ซ	ธ	ร	ฉ	ฉ
น	ธ	อ	ห	น	◌ั	ง	ส	ต	◌ิ	◌๊	ก	◌์	น
ด	า	ค	จ	◌ั	ก	ร	ว	ร	ร	ด	◌ิ	ญ	น
เ	ษ	อ	◌ั	ศ	ว	◌ิ	น	เ	ก	ร	า	ะ	ฝ
ษ	ซ	ย	ร	า	ช	ว	ง	ศ	◌์	ด	า	บ	ไ

มังกร
ราชวงศ์
ชั้นสูง
ยูนิคอร์น
ฝีวดัล
ป้อม
เกราะ
หนังสติ๊ก
อาณาจักร
มงกุฎ

ผนัง
ม้า
พระราชวัง
เจ้าชาย
เจ้าหญิง
อัศวิน
จักรวรรดิ
โล่
หอคอย
ดาบ

54 - Insecten

แ	ไ	ต	◌ั	◌๊	ก	แ	ต	น	ร	ร	ผ	ไ	ป
ไ	ส	ษ	บ	บ	ภ	ะ	เ	ซ	ห	ด	เ	ณ	ล
แ	ว	ภ	ก	ฉ	ร	ก	ห	ป	ผ	ณ	ห	ภ	ว
ท	ต	ห	ข	ง	ง	ล	ซ	อ	ย	ห	◌็	ก	ก
ด	แ	น	ธ	ว	แ	ม	ล	ง	ส	า	บ	ส	ล
ผ	ะ	อ	จ	ศ	ม	ต	◌่	อ	ด	◌้	ว	ง	อ
ฝ	◌ี	น	ษ	ข	ล	ต	น	ห	ณ	ส	ถ	ด	ร
ช	ม	เ	ฉ	ธ	ง	◌ั	ผ	แ	ณ	ซ	ก	ซ	ข
ล	ล	เ	ส	ต	ป	ว	◌ื	ย	ต	ม	อ	ด	น
ม	ด	พ	ณ	◌ี	อ	อ	◌้	ก	ฝ	น	ข	แ	ต
ด	ซ	ล	ณ	ะ	◌้	◌่	ง	ล	ย	ย	◌ุ	ง	ไ
ณ	ถ	◌ี	า	ฉ	ด	อ	จ	◌ั	ก	จ	◌ั	◌่	น
ด	ไ	◌้	แ	ณ	ะ	น	ค	จ	า	ท	ค	ซ	พ
จ	ญ	ย	บ	ส	ย	ณ	แ	ณ	ส	ซ	ศ	ย	ป

กงแตนแตน
ผึ้ง
เพลี้ย
จักจั่น
แตน
แมลงสาบ
ด้วง
ตัวอ่อน
แมลงปอ
มด
มอด
ยุง
ตั๊กแตน
ปลวก
ผีเสื้อ
เห็บ
ต่อ
หนอน

55 - Antarctica

น	เ	พ	น	ก	ว	◌ิ	น	อ	ภ	ท	ก	ป	ภ
◌ั	ศ	ณ	◌ั	า	ข	ช	ศ	◌ุ	◌ู	ว	า	ญ	◌ู
◌ำ	ช	ค	ก	ร	ร	ะ	อ	ณ	ม	◌ี	ร	ญ	ม
แ	ต	า	ว	โ	◌ุ	ด	ผ	ห	◌ิ	ป	อ	า	◌ิ
ข	ป	บ	◌ิ	ย	ข	ไ	ส	ภ	ศ	ค	น	ห	ป
◌็	ะ	ส	จ	ก	ร	ไ	ซ	◌ู	า	ธ	◌ุ	ม	ร
ง	ด	ม	◌ั	ย	ะ	อ	เ	ม	ส	ก	ร	◌ู	ะ
ถ	ต	◌ุ	ย	◌้	ว	◌่	ฟ	◌ิ	ต	ซ	◌ั	◌่	เ
ว	◌ิ	ท	ย	า	ศ	า	ส	ต	ร	◌์	ก	เ	ท
บ	ถ	ร	ถ	ย	ต	ว	ฉ	ต	◌์	ผ	ษ	ก	ศ
ณ	ษ	ก	ล	า	เ	ซ	◌ี	ย	ร	◌์	◌์	า	เ
ส	◌ิ	◌่	ง	แ	ว	ด	ล	◌้	อ	ม	น	ะ	ม
ซ	ข	เ	ฟ	ย	แ	ร	◌่	ธ	า	ต	◌ุ	◌้	ฆ
ก	า	ร	เ	ด	◌ิ	น	ท	า	ง	ณ	ง	ง	◌ำ

อ่าว
การอนุรักษ์
ทวีป
หมู่เกาะ
การเดินทาง
ภูมิศาสตร์
กลาเซียร์
น้ำแข็ง
การโยกย้าย
แร่ธาตุ
สิ่งแวดล้อม
นักวิจัย
เพนกวิน
ขรุขระ
คาบสมุทร
อุณหภูมิ
ภูมิประเทศ
น้ำ
วิทยาศาสตร์
เมฆ

56 - Ballet

น	ช	ผ	ฝ	ด	ศ	ฟ	ร	ด	เ	ไ	ค	น	บ
◌ั	เ	ท	ค	น	◌ิ	ค	◌ู	ส	ด	บ	ว	◌ั	ท
ก	ข	เ	ร	ต	ล	ฝ	ป	ญ	◌ี	ล	า	ก	เ
แ	ห	ส	ว	ร	ป	ผ	แ	า	◌่	ด	ม	เ	ร
ต	จ	◌ี	ถ	◌ี	ะ	บ	บ	ญ	ย	ผ	เ	ต	◌ี
◌่	ม	ย	ท	ไ	ฝ	เ	บ	ช	ว	แ	ข	◌้	ย
ง	ส	ง	ท	◌่	า	ท	า	ง	ว	ส	◌้	น	น
เ	ง	ป	ผ	◌ู	◌้	ช	ม	จ	ง	ด	ม	แ	ธ
พ	◌่	ร	ท	◌ั	ก	ษ	ะ	◌ั	ด	ง	ข	ท	ศ
ล	า	บ	พ	ข	ป	ร	ไ	ง	น	อ	◌้	ะ	จ
ง	ง	ม	ษ	ะ	ซ	ว	ส	ห	ต	อ	น	แ	ฉ
แ	า	◌ี	พ	ผ	ต	◌้	ห	ว	ร	ก	จ	จ	ท
ญ	ม	อ	ญ	ก	ซ	อ	อ	ะ	◌ี	ค	เ	า	ญ
ต	ม	ไ	ว	ก	ล	◌้	า	ม	เ	น	◌ื	◌้	อ

เสียงปรบมือ
ศิลปะ
นักแต่งเพลง
นักเต้น
แสดงออก
ท่าทาง
ความเข้มข้น
บทเรียน
ดนตรี
วงดนตรี
ผู้ชม
ซ้อม
จังหวะ
สง่างาม
เดี่ยว
กล้ามเนื้อ
รูปแบบ
เทคนิค
ทักษะ

57 - Vissen

ค	ต	ต	ณ	ะ	น	ย	ท	ะ	เ	ล	ส	า	บ
พ	ร	ะ	บ	ศ	ม	ภ	◌ำ	า	ภ	จ	ฉ	ญ	ร
ค	ไ	◌ี	ก	ง	ท	ค	อ	ว	บ	ซ	ป	ห	ม
ก	ม	จ	บ	ร	ม	ห	า	ส	ม	◌ุ	ท	ร	ย
ม	ล	ญ	ไ	อ	◌้	ข	ห	แ	ม	◌่	น	◌้	◌ำ
เ	ผ	ศ	ญ	น	ม	า	า	พ	ท	ร	ถ	ฝ	ค
เ	ร	◌ี	อ	◌ุ	ป	ก	ร	ณ	◌์	ภ	ค	ฉ	ว
ต	ะ	ข	อ	น	เ	ร	ช	ห	เ	ฤ	ด	◌ู	า
เ	ไ	ฝ	ว	◌้	ห	ร	ณ	า	ห	เ	ไ	แ	ม
ภ	ถ	ผ	ฝ	◌ำ	ง	ไ	จ	ก	ย	ง	า	แ	อ
น	◌้	◌ำ	อ	ห	◌ี	ก	ไ	ช	◌ี	ห	ต	ส	ด
น	ค	จ	ช	น	อ	ร	า	ป	◌่	ย	า	พ	ท
ส	ฉ	ง	ม	◌ั	ก	ศ	ไ	จ	อ	ต	ย	ด	น
แ	ด	ย	ษ	ก	ล	ว	ด	อ	ย	ษ	ย	ต	ฉ

เหยื่อ
อุปกรณ์
เรือ
ลวด
ความอดทน
น้ำหนัก
ตะขอ
ขากรรไกร
เหงือก
ทำอาหาร
ตะกร้า
ทะเลสาบ
มหาสมุทร
แม่น้ำ
ฤดู
ชายหาด
ครีบ
น้ำ

58 - Fruit

แ	ญ	ก	◌ี	ว	◌ี	◌่	น	บ	อ	จ	ม	เ	ร
อ	ฝ	ฝ	ล	ถ	อ	ค	ณ	ษ	ง	แ	ะ	บ	า
ป	ย	ค	ส	◌้	ม	า	ศ	แ	◌ุ	เ	พ	อ	ส
เ	ม	ะ	ม	◌่	ว	ง	โ	บ	◌่	น	ร	ร	เ
ป	ง	พ	เ	ธ	ญ	ย	ว	ว	น	ค	◌้	◌์	บ
◌ิ	ย	ล	ภ	ม	ะ	น	า	ว	ค	ท	า	ร	อ
◌้	ส	◌ั	ป	ป	ะ	ร	ด	ธ	ต	า	ว	◌ี	ร
ล	ม	ม	ถ	เ	ม	ล	อ	น	ศ	ร	โ	◌่	◌์
ล	◌ู	ก	แ	พ	ร	◌์	ะ	ช	พ	◌ี	ช	ด	ร
แ	อ	ป	ร	◌ิ	ค	อ	ท	ก	ษ	น	ณ	ท	◌ี
ป	ย	จ	ท	ศ	ณ	ป	ส	ป	อ	ม	อ	ข	◌่
เ	ช	อ	ร	◌์	ร	◌ี	◌่	ภ	ต	ไ	ย	อ	ไ
น	ร	ร	ห	ข	น	ด	ษ	ย	ซ	ษ	ป	น	ง
ช	พ	ต	ข	อ	ด	อ	ซ	ร	ว	บ	ศ	า	แ

แอปริคอท
สัปปะรด
แอปเปิ้ล
อาโวคาโด
กล้วย
เบอร์รี่
มะนาว
องุ่น
ราสเบอร์รี่
เชอร์รี่

กีวี่
มะพร้าว
มะม่วง
เมลอน
เนคทารีน
ส้ม
มะละกอ
ลูกแพร์
พีช
พลัม

59 - Literatuur

ค	ส	ฉ	บ	ว	ญ	บ	ฉ	ป	อ	ช	ถ	เ	ก
◌ำ	◌ั	ล	ษ	ศ	ณ	ศ	ท	ผ	ธ	ต	ช	ร	า
อ	ม	จ	◌ั	ง	ห	ว	ะ	ก	ล	อ	น	◌ี	ร
◌ุ	ผ	ญ	ก	ก	ซ	อ	ฝ	จ	ว	ช	ถ	◌่	ว
ป	◌ั	ไ	จ	ะ	ษ	ป	ะ	โ	ธ	◌ี	ม	อ	◌ิ
ม	ส	แ	ศ	ท	ผ	ณ	อ	ศ	ฟ	ว	ฉ	ง	เ
า	ว	ฉ	ล	ร	น	ค	ะ	ก	น	ป	ป	เ	ค
บ	ท	ส	ร	◌ุ	ป	ว	น	น	◌ิ	ร	ร	ล	ร
อ	ว	ม	◌ู	ษ	ย	า	า	า	ย	ะ	ะ	◌่	า
ะ	ะ	ถ	ป	อ	ผ	ม	ล	ฏ	า	ว	เ	า	ะ
ฉ	ก	ฉ	แ	ม	บ	เ	◌็	ก	ย	◌ั	ภ	ไ	ห
ด	ณ	จ	บ	ไ	ล	ห	อ	ร	ง	ต	ท	ร	◌์
ส	อ	ณ	บ	ซ	ย	◌็	ก	ร	ฟ	◌ิ	ว	ไ	ส
บ	ท	พ	◌ู	ด	ไ	น	ผ	ม	ฉ	ไ	เ	น	ธ

อะนาล็อก
การวิเคราะห์
ชีวประวัติ
บทสรุป
บทพูด
กลอน
ประเภท
ความเห็น
คำอุปมา
ลักษณะ
บทกวี
สัมผัส
จังหวะ
นิยาย
รูปแบบ
ธีม
โศกนาฏกรรม
เรื่องเล่า

60 - Technologie

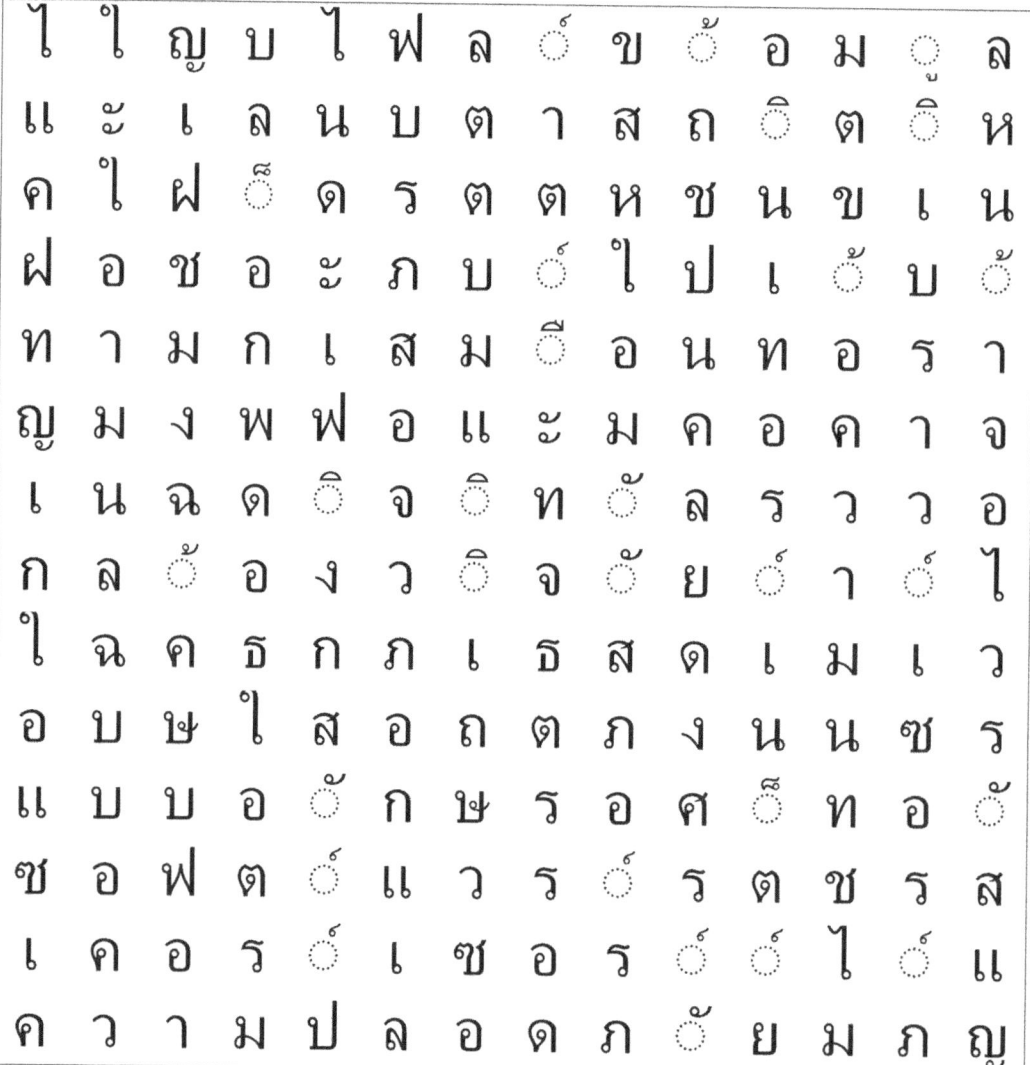

ไ	ไ	ญ	บ	ไ	ฟ	ล	◌์	ข	◌้	อ	ม	◌ู	ล
แ	ะ	เ	ล	น	บ	ต	า	ส	ถ	◌ิ	ต	◌ิ	ห
ค	ไ	ฝ	◌็	ด	ร	ต	ต	ห	ช	น	ข	เ	น
ฝ	อ	ช	อ	ะ	ภ	บ	◌์	ไ	ป	เ	◌้	บ	◌้
ท	า	ม	ก	เ	ส	ม	◌ื	อ	น	ท	อ	ร	า
ญ	ม	ง	พ	ฟ	อ	แ	ะ	ม	ค	อ	ค	า	จ
เ	น	ฉ	ด	◌ิ	จ	◌ิ	ท	◌ั	ล	ร	ว	ว	อ
ก	ล	◌้	อ	ง	ว	◌ิ	จ	◌ั	ย	◌์	า	◌์	ไ
ไ	ฉ	ค	ธ	ก	ภ	เ	ธ	ส	ด	เ	ม	เ	ว
อ	บ	ษ	ไ	ส	อ	ถ	ต	ภ	ง	น	น	ซ	ร
แ	บ	บ	อ	◌ั	ก	ษ	ร	อ	ศ	◌็	ท	อ	◌ั
ซ	อ	ฟ	ต	◌์	แ	ว	ร	◌์	ร	ต	ช	ร	ส
เ	ค	อ	ร	◌์	เ	ซ	อ	ร	◌์	◌์	ไ	◌์	แ
ค	ว	า	ม	ป	ล	อ	ด	ภ	◌ั	ย	ม	ภ	ญ

ข้อความ
ไฟล์
บล็อก
เบราว์เซอร์
ไบต์
กล้อง
คอมพิวเตอร์
เคอร์เซอร์
ดิจิทัล
ข้อมูล
อินเทอร์เน็ต
แบบอักษร
วิจัย
หน้าจอ
ซอฟต์แวร์
สถิติ
ความปลอดภัย
เสมือน
ไวรัส

61 - Boeken

ห	ฉ	ล	ม	บ	ว	ง	อ	น	า	ถ	ผ	ท	ไ
น	ว	ย	ห	ท	ร	เ	ข	◌ี	ย	น	◌ู	◌ี	พ
◌ั	◌ิ	พ	า	ก	ร	◌ิ	ฉ	ซ	ศ	ฉ	◌้	◌่	ผ
า	ป	ย	ก	ว	ณ	พ	บ	บ	ฝ	ณ	เ	เ	เ
น	จ	ศ	า	◌ี	ก	ค	ต	ท	น	ไ	ข	ก	ไ
ก	ณ	ฟ	พ	ย	ร	ะ	ฉ	ร	ท	ล	◌ี	◌ี	ผ
า	ช	า	ย	ด	ร	ต	ด	ะ	ภ	ณ	ย	◌่	◌ู
ร	◌ุ	แ	◌์	ะ	ม	พ	ย	ป	บ	น	น	ย	◌้
ผ	ด	ด	ะ	เ	ร	◌ี	◌่	อ	ง	ร	า	ว	อ
จ	ค	ว	า	ม	เ	ป	◌็	น	ค	◌ู	◌่	ข	◌่
ญ	ผ	◌ู	◌้	บ	ร	ร	ย	า	ย	ไ	ต	◌้	า
ภ	ผ	ป	ร	ะ	ด	◌ิ	ษ	ฐ	◌์	ก	ล	อ	น
◌ั	อ	ญ	ธ	ว	เ	ษ	ซ	ภ	ษ	ผ	ก	ง	ช
ย	ป	ร	ะ	ว	◌ั	ต	◌ิ	ศ	า	ส	ต	ร	◌์

ผู้เขียน
การผจญภัย
หน้า
ชุด
บริบท
ความเป็นคู่
มหากาพย์
กลอน
เขียน
ประวัติศาสตร์
ตลก
ประดิษฐ์
ผู้อ่าน
วรรณกรรม
บทกวี
ที่เกี่ยวข้อง
นิยาย
อนาถ
เรื่องราว
ผู้บรรยาย

62 - Meer Informatie

ก	ไ	ไ	ภ	ล	ห	ไ	ม	ท	อ	บ	โ	จ	เ
า	ด	ต	ป	◌ึ	ย	น	ห	โ	ค	ล	น	ล	ะ
แ	ย	ส	ม	ก	◌ู	ห	◌ั	ร	ด	ว	ไ	เ	ก
ล	ส	ฝ	อ	ล	โ	แ	ศ	ง	◌ิ	ส	ฉ	ท	ไ
ก	ง	◌ุ	อ	◌ั	ท	ผ	จ	ภ	ส	ธ	ภ	ค	ฟ
ซ	ต	แ	ด	บ	เ	ศ	ร	า	โ	◌ี	ค	โ	ภ
◌ี	ค	ญ	แ	ข	ป	ย	ร	พ	ท	ย	อ	น	า
◌่	ฝ	ฉ	ม	ญ	◌ี	เ	ย	ย	เ	บ	บ	โ	พ
อ	น	า	ค	ต	ย	ด	◌์	น	ป	ผ	น	ล	ล
เ	พ	◌้	อ	ฝ	◌ั	น	พ	ต	◌ี	ง	ส	ย	ว
ห	◌ุ	◌่	น	ย	น	ต	◌์	ร	ย	ต	ซ	◌ี	ง
ร	ส	◌ิ	ท	ธ	◌ิ	◌์	ธ	◌์	ว	ต	ร	บ	ต
ด	า	ว	เ	ค	ร	า	ะ	ห	◌์	อ	ม	ภ	า
บ	ต	ฟ	ไ	ก	ก	า	ร	ร	ะ	เ	บ	◌ิ	ด

โรงภาพยนตร์
หนังสือ
ไฟ
เพ้อฝัน
ดิสโทเปีย
การระเบิด
สุดขีด
มหัศจรรย์
อนาคต
ภาพลวงตา
โคลน
ลึกลับ
สิทธิ์
ดาวเคราะห์
หุ่นยนต์
กาแลกซี่
เทคโนโลยี
ยูโทเปีย
โลก

63 - Regenwoud

ต	ย	ค	จ	ป	ม	อ	ส	ส	◌์	เ	ไ	ม	ส
พ	อ	ธ	ว	◌่	บ	ไ	ร	ร	ไ	จ	ข	◌ี	า
ก	ฤ	ศ	ถ	า	ล	ว	ป	ว	ป	แ	ญ	ค	ย
า	า	ก	ภ	◌ู	ม	◌ิ	อ	า	ก	า	ศ	◌่	พ
ร	เ	ร	ษ	ว	ถ	ห	ล	ไ	เ	ม	ก	า	◌ั
อ	ค	น	ฟ	ศ	ง	ฝ	ล	ส	ม	เ	ท	ธ	น
ย	า	ก	ผ	◌ี	า	ซ	ม	า	ฆ	จ	◌ี	ร	ธ
◌ู	ร	า	แ	ม	◌้	ส	ข	ข	ก	ซ	◌่	ร	◌ุ
◌่	พ	ร	ม	ธ	ร	น	ต	ไ	ล	ห	ห	ม	◌์
ร	บ	ถ	ล	พ	ย	ช	ฟ	ร	ร	ช	ล	ช	ฝ
อ	ภ	น	ง	ด	น	ข	น	◌ู	◌์	◌ุ	บ	า	ผ
ด	ข	อ	พ	ป	ว	ญ	ผ	อ	ษ	ม	ภ	ต	ย
ถ	พ	ม	อ	น	น	ข	า	ธ	ภ	ช	◌ั	◌ิ	า
ป	ร	จ	แ	ช	ผ	ซ	ซ	ณ	ฉ	น	ย	ด	ฟ

การถนอม
พฤกษศาสตร์
ความหลากหลาย
ชุมชน
แมลง
ป่า
ภูมิอากาศ
มอสส์
ธรรมชาติ
การอยู่รอด
เคารพ
การฟื้นฟู
สายพันธุ์
ที่หลบภัย
นก
มีค่า
เมฆ

64 - Haartypes

ฝ	ว	ค	ซ	ม	ห	น	า	ป	ฟ	ย	ช	ะ	ส
พ	ณ	ค	น	ท	ย	ญ	ศ	ต	แ	พ	แ	อ	◌ี
พ	น	ณ	ข	ส	◌ั	◌้	น	ส	ห	ไ	ง	◌่	น
ง	า	ข	ผ	ฝ	ก	ณ	ค	◌ี	◌้	น	ช	อ	◌้
ส	◌ี	บ	ล	อ	น	ด	◌์	บ	ง	ห	จ	น	◌ำ
ข	บ	ป	แ	ข	◌็	ง	แ	ร	ง	ย	ง	น	ต
ย	า	ว	เ	ธ	ถ	ล	ฝ	เ	ง	◌ิ	น	◌ุ	า
ห	ง	ว	ง	ข	ก	ถ	น	ล	จ	ก	ไ	◌่	ล
ฉ	◌ั	ฝ	า	แ	ล	ณ	ส	จ	ถ	◌ั	ก	ม	ถ
ภ	ด	ว	ห	น	◌ั	ง	ศ	◌ี	ร	ษ	ะ	ฉ	ธ
ข	ม	แ	ล	ท	บ	ฟ	ไ	ท	ด	ผ	ไ	เ	เ
พ	ข	น	ธ	◌้	ต	ว	ห	ญ	ฟ	◌ำ	เ	ด	ฟ
ส	◌ี	เ	ท	า	า	ก	ฟ	ษ	ล	ฟ	ป	ต	ส
ฝ	ก	ร	า	ง	ร	น	น	ษ	ท	ญ	อ	ธ	พ

สีบลอนด์
สีน้ำตาล
หนา
แห้ง
บาง
สี
ถัก
แข็งแรง
เงา
หยัก

สีเทา
หนังศีรษะ
หัวล้าน
สั้น
หยิก
ยาว
ขาว
อ่อนนุ่ม
เงิน
สีดำ

65 - Stad

ค	ต	ห	ค	เ	ถ	ฟ	ไ	โ	บ	ส	ห	เ	พ
น	ล	ศ	ธ	น	า	ค	า	ร	ส	น	◌้	บ	◌ิ
จ	า	◌ิ	า	ม	อ	ข	น	ง	น	า	อ	เ	พ
ห	ด	ผ	น	เ	ด	พ	พ	แ	า	ม	ง	ก	◌ิ
ช	ไ	ฉ	ล	◌ิ	ล	ว	บ	ร	ม	บ	ส	อ	ธ
ป	ห	น	ไ	ข	ก	ข	ษ	ม	ก	◌ิ	ม	ร	ภ
โ	ร	ง	ล	ะ	ค	ร	า	ซ	◌ี	น	◌ุ	◌ี	◌ั
ร	ด	อ	ก	ไ	ม	◌้	ด	◌ี	ฬ	ไ	ด	◌่	ณ
ง	ท	ม	ห	า	ว	◌ิ	ท	ย	า	ล	◌ั	ย	ฑ
เ	ย	ข	ศ	ฝ	ท	ส	ว	น	ส	◌ั	ต	ว	◌์
ร	โ	ร	ง	ภ	า	พ	ย	น	ต	ร	◌์	ช	ธ
◌ี	แ	ก	ล	เ	ล	อ	ร	◌ี	◌่	ง	แ	ณ	ไ
ย	า	ร	◌้	า	น	ห	น	◌ั	ง	ส	◌ื	อ	ช
น	ร	◌้	า	น	อ	า	ห	า	ร	ร	◌้	า	น

เบเกอรี่
ธนาคาร
ห้องสมุด
โรงภาพยนตร์
ดอกไม้ดี
ร้านหนังสือ
สวนสัตว์
แกลเลอรี่
โรงแรม
คลินิก
สนามบิน
ตลาด
พิพิธภัณฑ์
ร้านอาหาร
โรงเรียน
สนามกีฬา
โรงละคร
มหาวิทยาลัย
ร้าน

66 - Natuur

ท	ส	◌ำ	ค	◌ั	ญ	ม	า	ก	ฝ	ท	า	ห	ห
เ	ซ	พ	ล	ว	◌ั	ต	ผ	ล	ช	ะ	ห	น	ข
ผ	ข	พ	พ	ด	า	ว	◌ื	ย	ค	เ	ษ	◌้	อ
ศ	ฉ	ถ	ไ	บ	ไ	ม	◌้	ข	ซ	ล	ไ	า	ส
ภ	◌ู	เ	ข	า	ญ	ส	ง	บ	ณ	ท	ท	ผ	ห
แ	ก	ภ	ณ	ภ	ส	เ	ด	า	ห	ร	◌ี	า	พ
ป	น	จ	ด	ร	เ	ศ	แ	ช	ม	า	◌่	ค	ป
ค	ข	ผ	า	ซ	น	ถ	ษ	ป	อ	ย	ห	อ	บ
เ	ม	ฆ	บ	ล	ษ	◌ิ	ส	◌่	ก	ส	ล	ฉ	น
เ	ข	ต	ร	◌้	อ	น	◌่	า	ธ	◌ั	บ	ศ	ผ
อ	า	ร	◌์	ก	ต	◌ิ	ก	ง	ฉ	ต	ภ	บ	ก
แ	ม	◌่	น	◌้	◌ำ	เ	น	ญ	ส	ว	◌ั	ถ	จ
ธ	า	ร	น	◌้	◌ำ	แ	ข	◌็	ง	◌์	ย	อ	เ
ข	ฝ	ไ	บ	พ	ษ	ะ	ช	ถ	น	ล	ด	ร	บ

อาร์กติก
ภูเขา
ผึ้ง
ป่า
สัตว์
พลวัต
ร่อน
ใบไม้
ธารน้ำแข็ง
หน้าผา
หมอก
แม่น้ำ
สงบ
ความงาม
ที่หลบภัย
นิ่ง
เขตร้อน
สำคัญมาก
ทะเลทราย
เมฆ

67 - Dinosaurussen

แ	า	ผ	ช	แ	ฝ	ร	ม	อ	า	ซ	ฟ	ห	ท
ท	ม	แ	ภ	ถ	ร	เ	ห	ย	◌ี	◌่	อ	า	โ
อ	ห	ม	ห	า	ง	◌็	จ	ผ	ม	ข	ส	ย	ล
ฉ	ผ	ศ	ม	ก	ณ	ท	พ	จ	ศ	น	ซ	ต	ก
ค	ย	ห	ร	อ	ง	ณ	ร	เ	ป	า	◌ิ	◌ั	า
ษ	ไ	ษ	ฟ	ค	ธ	ฟ	น	ง	ต	ด	ล	ว	ก
อ	อ	ม	น	◌ิ	ว	อ	ร	◌์	พ	อ	ผ	ไ	ญ
บ	ห	ล	ผ	ไ	ห	ญ	◌่	ช	ม	ล	ร	ป	ณ
เ	ล	ว	ร	◌้	า	ย	ฉ	แ	ะ	ถ	◌ั	◌์	ไ
ส	ม	◌ุ	น	ไ	พ	ร	ผ	ฉ	น	พ	ห	ง	บ
ป	ฝ	ป	ซ	ว	◌ิ	ว	◌ั	ฒ	น	า	ก	า	ร
◌ี	ส	◌ั	ต	ว	◌์	ก	◌ิ	น	เ	น	◌ื	◌้	อ
ก	ส	า	ย	พ	◌ั	น	ธ	◌ุ	◌์	ข	ณ	ล	ฟ
ส	ง	ซ	ใ	า	ย	ผ	ผ	ม	เ	ร	จ	ท	ษ

โลก
สัตว์กินเนื้อ
วิวัฒนาการ
ฟอสซิล
ใหญ่
ขนาด
สมุนไพร
ทรงพลัง
แมมมอธ
ออมนิวอร์
เหยื่อ
แร็พเตอร์
สายพันธุ์
หาง
หายตัวไป
เลวร้าย
ปีก

68 - Zoogdieren

ป	ก	พ	ฟ	ก	ม	ะ	ล	า	ย	จ	ซ	ธ	ภ
ล	ร	า	ง	ภ	อ	ท	◌ิ	ด	◌ี	◌ิ	ต	ส	เ
า	ะ	ธ	ง	ย	◌ู	ร	ง	ศ	ร	ง	ร	ซ	ษ
โ	ต	ฟ	ห	ย	ฐ	ว	◌ิ	ษ	า	โ	ค	บ	อ
ล	◌่	โ	◌็	ธ	ร	า	า	ล	ฟ	จ	น	ณ	ด
ม	า	ส	ค	อ	แ	ฬ	ม	จ	ล	◌้	ะ	ไ	ม
า	ย	ะ	ไ	โ	ก	ซ	◌้	ห	ม	า	ญ	ถ	บ
อ	ก	ต	ค	ส	ย	ซ	า	ต	แ	ม	ว	ส	ฉ
ษ	ฝ	ส	◌ิ	ง	โ	ต	◌์	ฉ	พ	ไ	ว	ก	ว
บ	◌ี	เ	ว	อ	ร	◌์	◌ี	ช	ะ	ภ	ภ	เ	ญ
อ	ว	ก	ณ	ล	ป	ง	ฝ	◌้	ข	ภ	ข	ก	ไ
ห	ม	า	ป	◌่	า	ศ	ไ	า	ต	บ	ณ	ไ	ถ
ไ	ฟ	ร	ญ	ป	เ	ง	น	ง	ช	ถ	ป	ญ	จ
ธ	เ	ซ	อ	ร	จ	ธ	า	ม	ห	า	ซ	ฝ	ก

ลิง
บีเวอร์
โคโยตี้
ปลาโลมา
ลา
แพะ
ยีราฟ
กอริลลา
หมา
อูฐ
จิงโจ้
แมว
กระต่าย
สิงโต
ช้าง
ม้า
โค
ฟ็อกซ์
วาฬ
หมาป่า

69 - 1 Jaar Geleden

ไ	บ	ญ	ด	ศ	ธ	ฉ	ถ	ท	น	พ	น	ฟ	ม
ม	◌ี	ป	ร	ะ	ส	◌ิ	ท	ธ	◌ิ	ภ	า	พ	◌ี
ไ	จ	ก	ว	◌้	า	ง	ต	ณ	ะ	ศ	ผ	ป	เ
ม	เ	ด	ธ	ฉ	ถ	ห	ล	ง	ไ	ห	ล	ฏ	ส
◌ั	ผ	ช	ร	ต	ศ	ศ	ก	ข	เ	ผ	บ	◌ิ	น
◌่	ล	◌่	◌ื	ะ	ซ	ง	ศ	ศ	ด	ฝ	ถ	บ	◌่
น	ไ	ว	อ	◌่	อ	ว	เ	ห	◌็	ญ	ห	◌ั	ห
ไ	ง	ย	ด	◌ิ	อ	แ	ษ	ภ	ด	ว	ฟ	ต	◌์
จ	ผ	ไ	ช	ล	ส	ถ	ท	ไ	ข	ด	ส	◌ิ	า
ศ	ธ	ด	ส	ง	ช	ร	◌ี	ม	า	ข	ต	ม	ต
ไ	◌ิ	◌้	ส	ช	ป	ฝ	ะ	อ	ด	ด	ว	พ	ย
ะ	ฉ	ล	า	ด	ม	เ	บ	า	ไ	◌ี	ษ	ร	ซ
ไ	ร	ศ	ป	ค	น	ไ	ข	◌้	ช	ด	ห	ข	ภ
ม	า	ล	ก	ะ	ส	ะ	อ	า	ด	จ	◌้	แ	ช

ศิลปะ
ช่วยได้
เด็ดขาด
เชื่อถือได้
มีเสน่ห์
มีประสิทธิภาพ
หลงใหล
ดี

ตลก
ใจกว้าง
อิสระ
คนไข้
ปฏิบัติ
สะอาด
ฉลาด
มั่นใจ

70 - Kampioenschap

เ	ฝ	เ	ญ	ข	า	โ	ว	ญ	เ	เ	ภ	ม	แ
ก	ห	ว	ล	ฝ	ว	ด	ค	ษ	ถ	ห	ฝ	ต	ต
ม	ห	ง	ห	ผ	ษ	น	ต	◌้	จ	ร	ศ	ก	ก
ภ	า	ไ	◌ี	จ	ป	ม	ฉ	บ	ช	◌ี	บ	ภ	พ
ช	ย	น	า	◌่	จ	ต	ะ	ไ	◌ิ	ย	ไ	ร	ธ
ส	ไ	ภ	ษ	ก	อ	แ	ล	ข	ง	ญ	ป	ซ	ช
ท	จ	ช	◌ั	ย	ช	น	ะ	ว	แ	ช	ม	ป	◌์
ง	ภ	ท	า	ส	เ	ซ	ย	ห	ช	ก	ณ	ด	ถ
ล	แ	ร	ง	จ	◌ู	ง	ไ	จ	ม	แ	ผ	พ	อ
ท	◌ี	ม	ข	ไ	ง	อ	จ	ข	ป	ก	ก	ม	ก
จ	ผ	ก	า	ร	แ	ส	ด	ง	◌์	◌ี	ล	ถ	ว
ผ	◌ู	◌้	พ	◌ิ	พ	า	ก	ษ	า	ฬ	ฝ	ง	อ
ก	า	ร	แ	ข	◌่	ง	ข	◌ั	น	า	แ	ภ	ย
ค	น	อ	ย	ท	จ	ก	ล	ย	◌ุ	ท	ธ	◌์	ท

หายใจ
เกม
แชมป์
ชิงแชมป์
ลีก
เหรียญ
แรงจูงใจ
การแสดง
ผู้พิพากษา
กีฬา
กลยุทธ์
ทีม
การแข่งขัน
โค้ช
เหงื่อ
ชัยชนะ

71 - Exploratie

ท	ค	พ	พ	ศ	ก	ส	ภ	ม	ผ	เ	ฉ	ข	จ
อ	ว	ก	า	ศ	า	ั	า	ป	ส	เ	ไ	ว	ะ
ค	า	ิ	ภ	ร	ร	ต	ษ	ภ	ท	ภ	ม	ถ	ญ
ว	ม	จ	ู	เ	ค	ว	า	พ	ข	ห	่	ะ	ว
า	ก	ก	ม	ร	้	์	ษ	ญ	แ	ผ	ท	พ	ต
ม	ล	ร	ิ	ี	น	ว	ั	ฒ	น	ธ	ร	ร	ม
ต	ั	ร	ป	ย	พ	เ	ด	ิ	น	ท	า	ง	อ
ี	า	ม	ร	น	บ	ไ	า	ว	ภ	ง	บ	ล	ั
่	ห	ศ	ะ	ร	ณ	ห	น	ะ	ฉ	ถ	ง	ญ	น
น	า	ล	เ	ู	ป	ม	ว	ผ	ซ	ฝ	ต	ภ	ต
เ	ญ	บ	ท	้	่	่	ม	แ	ฟ	ค	ไ	ผ	ร
ต	ภ	ถ	ศ	ณ	า	น	ษ	ช	ศ	บ	ก	เ	า
้	ค	ว	า	ม	อ	่	อ	น	เ	พ	ล	ี	ย
น	ก	า	ร	ก	ำ	ห	น	ด	บ	ฉ	ถ	ด	เ

กิจกรรม
การกำหนด
วัฒนธรรม
สัตว์
อันตราย
เรียนรู้
ความกล้าหาญ
ใหม่
ไม่ทราบ
การค้นพบ
ความตื่นเต้น
เดินทาง
อวกาศ
ภาษา
ภูมิประเทศ
ความอ่อนเพลีย
ไกล
ป่า

72 - Voertuigen

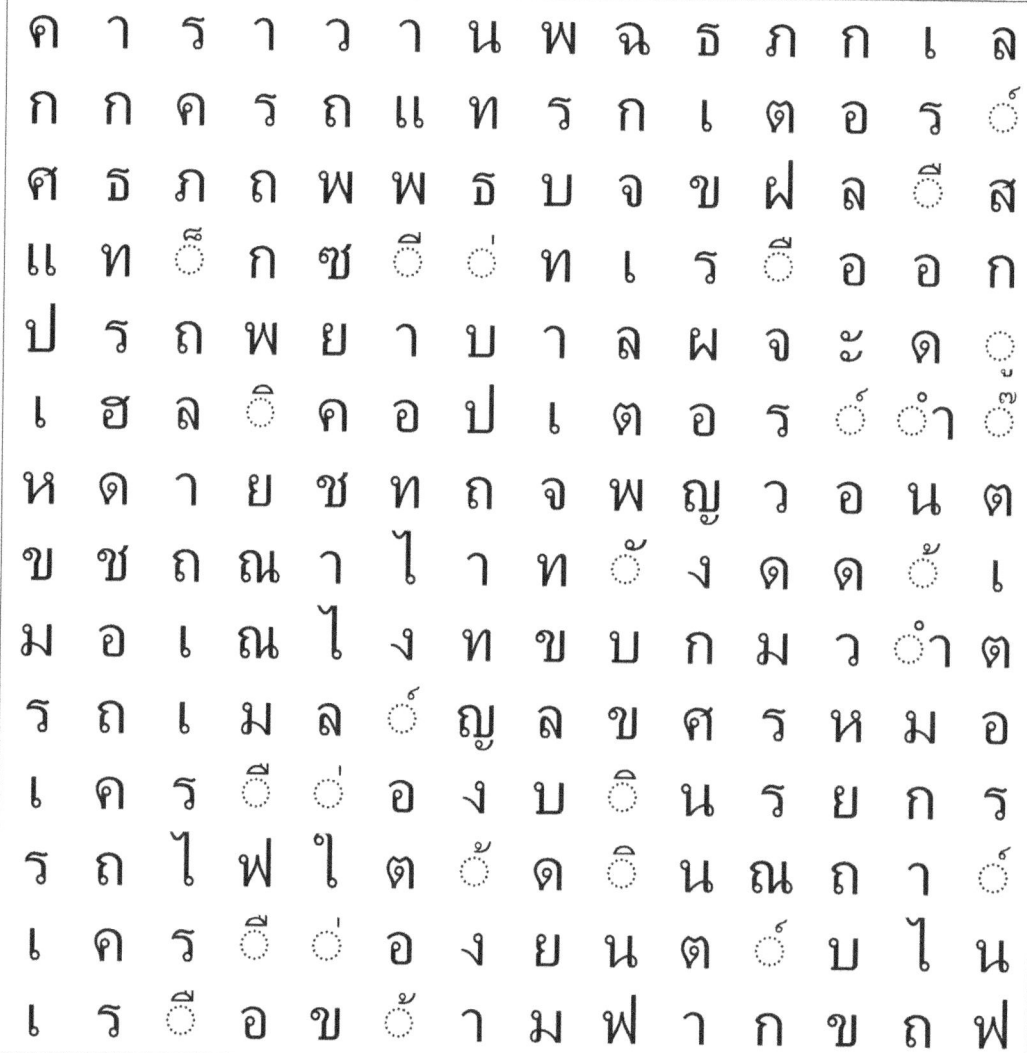

ค	า	ร	า	ว	า	น	พ	ฉ	ธ	ภ	ก	เ	ล
ก	ก	ค	ร	ถ	แ	ท	ร	ก	เ	ต	อ	ร	์
ศ	ธ	ภ	ถ	พ	พ	ธ	บ	จ	ข	ฝ	ล	ี	ส
แ	ท	็	ก	ซ	ี	่	ท	เ	ร	ื	อ	อ	ก
ป	ร	ถ	พ	ย	า	บ	า	ล	ผ	จ	ะ	ด	ู
เ	ฮ	ล	ิ	ค	อ	ป	เ	ต	อ	ร	์	ำ	๊
ห	ด	า	ย	ช	ท	ถ	จ	พ	ญ	ว	อ	น	ต
ข	ช	ถ	ณ	า	ไ	า	ท	ั	ง	ด	ด	้	เ
ม	อ	เ	ณ	ไ	ง	ท	ข	บ	ก	ม	ว	ำ	ต
ร	ถ	เ	ม	ล	์	ญ	ล	ข	ศ	ร	ห	ม	อ
เ	ค	ร	ื	่	อ	ง	บ	ิ	น	ร	ย	ก	ร
ร	ถ	ไ	ฟ	ใ	ต	้	ด	ิ	น	ณ	ถ	า	์
เ	ค	ร	ื	่	อ	ง	ย	น	ต	์	บ	ไ	น
เ	ร	ื	อ	ข	้	า	ม	ฟ	า	ก	ข	ถ	ฟ

รถพยาบาล
รถ
ยาง
เรือ
รถเมล์
คาราวาน
จักรยาน
เฮลิคอปเตอร์
รถไฟใต้ดิน
เครื่องยนต์

เรือดำน้ำ
จรวด
สกู๊ตเตอร์
แท็กซี่
รถแทรกเตอร์
รถไฟ
เรือข้ามฟาก
เครื่องบิน
แพ

73 - Geografie

เ	พ	บ	เ	ก	า	ะ	โ	ล	ก	น	ะ	แ	ร
า	ภ	บ	ส	ม	พ	ะ	ภ	ศ	ท	ะ	เ	ล	ะ
แ	ป	ห	◌้	แ	อ	ต	ล	า	ส	ว	ซ	ม	ด
ม	ง	ข	น	ะ	ต	ร	ไ	ต	◌้	พ	◌ี	พ	◌ั
◌่	บ	ส	ศ	ญ	ล	ะ	◌ิ	ล	บ	ภ	ก	ป	บ
น	ง	ภ	◌ู	เ	ข	า	ว	เ	ล	เ	โ	ญ	ค
◌้	ม	ธ	น	ม	ษ	แ	ถ	◌ั	ด	ด	ล	ป	ว
◌ำ	ห	ษ	ย	◌ื	จ	เ	ร	ก	น	◌ี	ก	แ	า
ท	า	ไ	◌์	อ	ะ	ข	ไ	แ	ญ	ต	ย	ผ	ม
ษ	ส	อ	ส	ง	ไ	ข	ช	ส	ง	ฟ	ก	น	ส
ณ	ม	ต	◌ู	ล	ะ	ต	◌ิ	จ	◌ู	ด	ศ	ท	◌ู
ภ	◌ุ	ต	ต	ภ	า	ค	อ	ท	ไ	พ	พ	◌ี	ง
จ	ท	ล	ร	ท	◌ิ	ศ	เ	ห	น	◌ื	อ	◌่	ต
ป	ร	ะ	เ	ท	ศ	จ	ะ	บ	ท	ถ	ผ	ก	อ

แอตลาส
ภูเขา
ละติจูด
ทวีป
เกาะ
เส้นศูนย์สูตร
ซีกโลก
ระดับความสูง
แผนที่
ประเทศ
เมอริเดียน
ทิศเหนือ
มหาสมุทร
ภาค
แม่น้ำ
เมือง
โลก
ตะวันตก
ทะเล
ใต้

74 - Kunstbenodigdheden

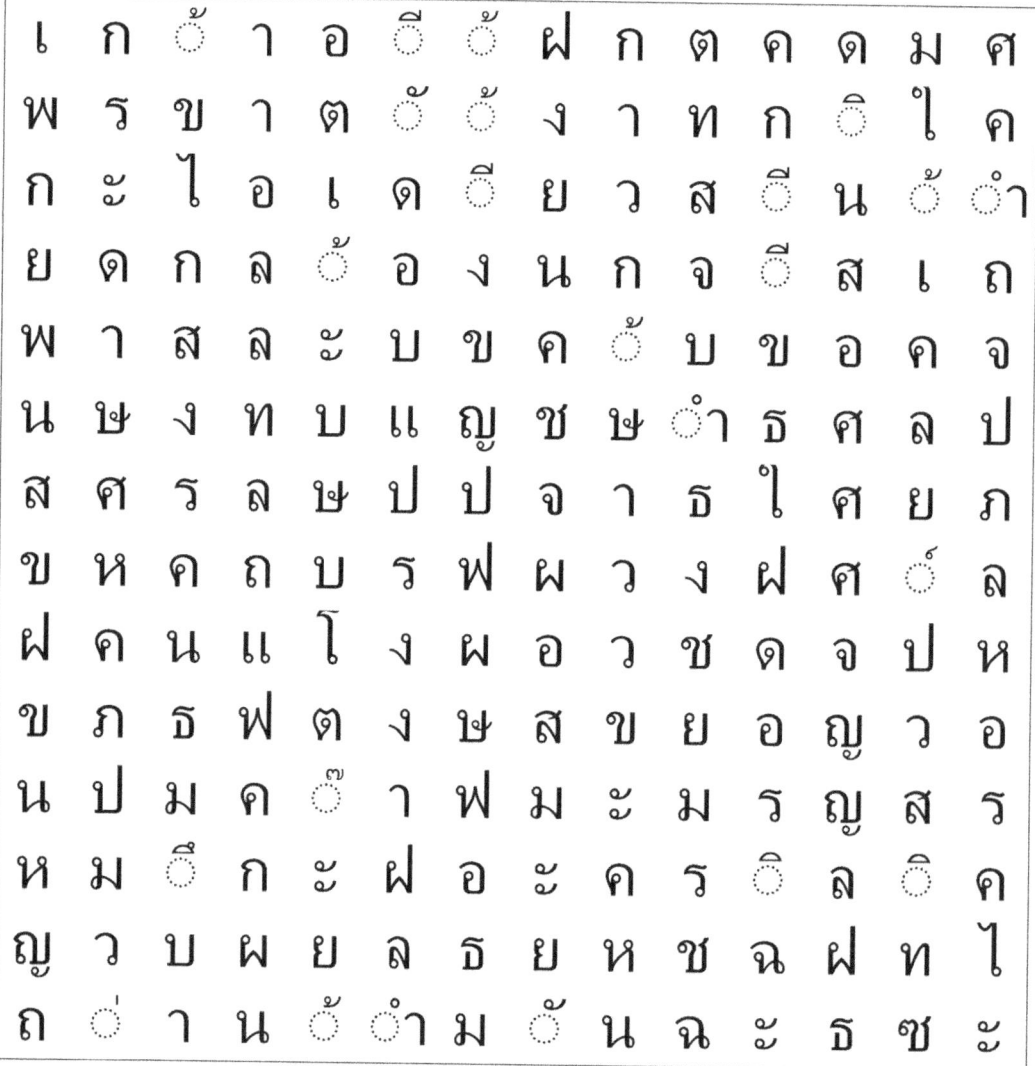

เ	ก	◌้	า	อ	◌ี	◌้	ฝ	ก	ต	ค	ด	ม	ศ
พ	ร	ข	า	ต	◌ั	◌้	ง	า	ท	ก	◌ิ	ไ	ค
ก	ะ	ไ	อ	เ	ด	◌ี	ย	ว	ส	◌ี	น	◌้	◌ำ
ย	ด	ก	ล	◌้	อ	ง	น	ก	จ	◌ี	ส	เ	ถ
พ	า	ส	ล	ะ	บ	ข	ค	◌้	บ	ข	อ	ค	จ
น	ษ	ง	ท	บ	แ	ญ	ช	ษ	◌ำ	ธ	ศ	ล	ป
ส	ศ	ร	ล	ษ	ป	ป	จ	า	ธ	ไ	ศ	ย	ภ
ข	ห	ค	ถ	บ	ร	ฟ	ผ	ว	ง	ฝ	ศ	◌์	ล
ฝ	ค	น	แ	โ	ง	ผ	อ	ว	ช	ด	จ	ป	ห
ข	ภ	ธ	ฟ	ต	ง	ษ	ส	ข	ย	อ	ญ	ว	อ
น	ป	ม	ค	◌๊	า	ฟ	ม	ะ	ม	ร	ญ	ส	ร
ห	ม	◌ึ	ก	ะ	ฝ	อ	ะ	ค	ร	◌ิ	ล	◌ิ	ค
ญ	ว	บ	ผ	ย	ล	ธ	ย	ห	ช	ฉ	ฝ	ท	ไ
ถ	◌่	า	น	◌้	◌ำ	ม	◌ั	น	ฉ	ะ	ธ	ซ	ะ

อะคริลิค
สีน้ำ
แปรง
กล้อง
ขาตั้ง
ยางลบ
ถ่าน
ไอเดีย
หมึก
เคลย์
สี
กาว
น้ำมัน
กระดาษ
พาส
ดินสอ
เก้าอี้
โต๊ะ
น้ำ

75 - Barbecues

ไ	ก	◌่	ค	ร	อ	บ	ค	ร	◌ั	ว	อ	ฉ	ค
อ	ห	ไ	ฉ	อ	ก	ข	ด	ญ	เ	ไ	า	ง	จ
า	พ	ร	ย	ส	ร	ะ	ค	ก	า	ฝ	ห	ภ	บ
ห	ร	ฟ	◌่	ล	◌้	ซ	ว	ผ	ศ	ฉ	า	ต	า
า	◌ิ	ไ	า	◌ั	อ	อ	า	ด	น	ต	ร	◌ี	ม
ร	ก	พ	ง	ด	น	ส	ม	◌ี	ด	อ	ก	ย	ะ
เ	ไ	น	ญ	ท	ซ	ส	ห	ล	แ	ท	ล	จ	เ
ย	ท	ภ	ฉ	ถ	ล	ะ	◌ิ	จ	ช	เ	า	า	ข
◌็	ย	ะ	ค	เ	ผ	ห	ว	ซ	ส	ก	ง	ด	◌ื
น	น	ร	ท	ไ	ห	◌ั	◌ั	ส	ร	ล	ว	ป	อ
ฉ	อ	น	ณ	พ	ษ	ฟ	ก	ว	ถ	◌ื	◌ั	ศ	เ
ผ	ล	ไ	ม	◌้	ฉ	ฟ	น	ธ	ห	อ	น	ไ	ท
ฤ	ด	◌ู	ร	◌้	อ	น	ซ	อ	ภ	อ	ไ	ถ	ศ
ธ	ร	ข	ค	ล	ฟ	เ	ค	ป	จ	ฟ	ม	ป	ธ

อาหารเย็น
ครอบครัว
ผลไม้
ย่าง
ผัก
ร้อน
ความหิว
ไก่
อาหารกลางวัน
มีด
ดนตรี
พริกไทย
สลัด
ซอส
มะเขือเทศ
หัวหอม
ส้อม
ฤดูร้อน
เกลือ

76 - Wetenschappelijke Discip

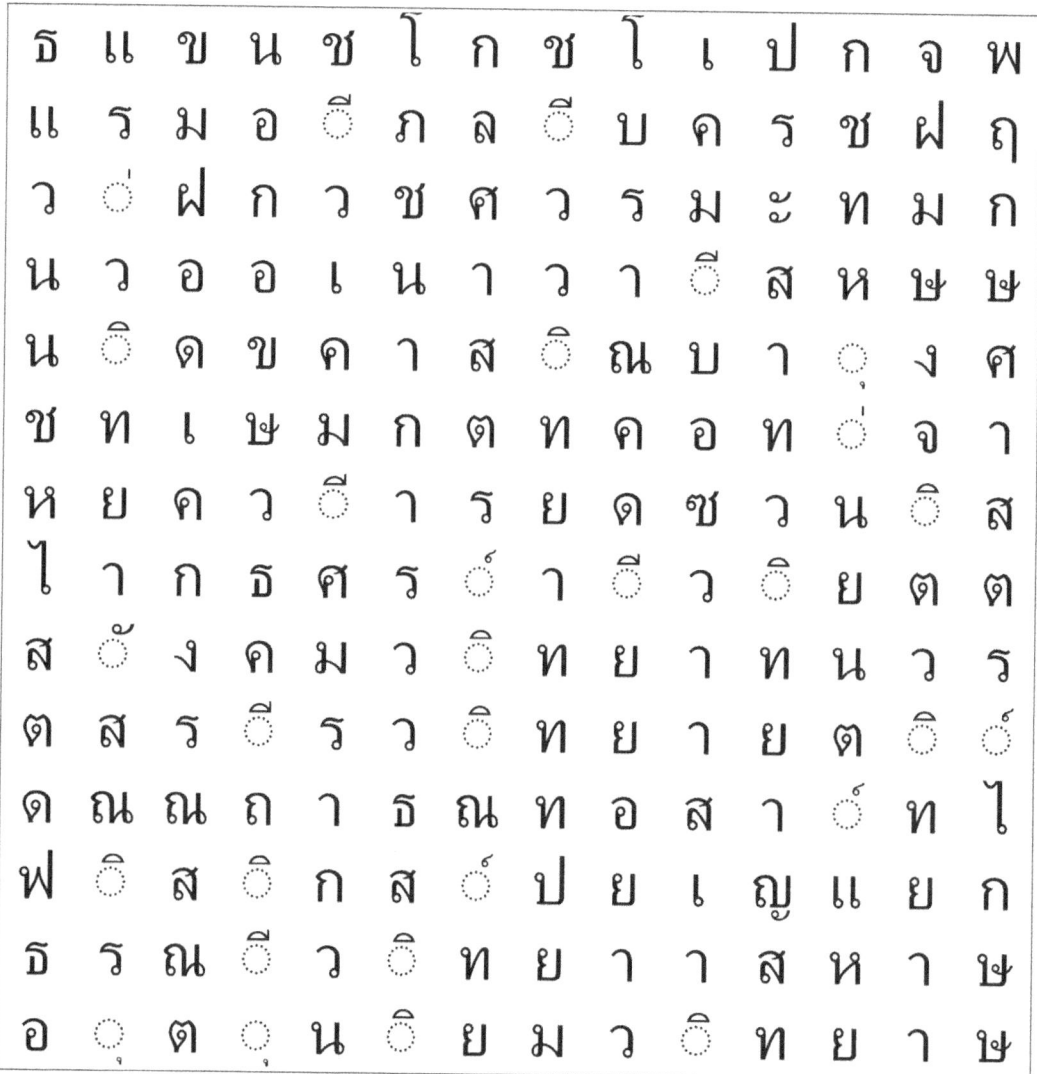

ธ	แ	ข	น	ช	โ	ก	ช	โ	เ	ป	ก	จ	พ
แ	ร	ม	อ	◌ี	ภ	ล	◌ี	บ	ค	ร	ช	ฝ	ฤ
ว	◌่	ฝ	ก	ว	ช	ศ	ว	ร	ม	ะ	ท	ม	ก
น	ว	อ	อ	เ	น	า	ว	า	◌ี	ส	ห	ษ	ษ
น	◌ิ	ด	ข	ค	า	ส	◌ิ	ณ	บ	า	◌ุ	ง	ศ
ช	ท	เ	ษ	ม	ก	ต	ท	ค	อ	ท	◌่	จ	า
ห	ย	ค	ว	◌ี	า	ร	ย	ด	ซ	ว	น	◌ิ	ส
ไ	า	ก	ธ	ศ	ร	◌์	า	◌ี	ว	◌ิ	ย	ต	ต
ส	◌ั	ง	ค	ม	ว	◌ิ	ท	ย	า	ท	น	ว	ร
ต	ส	ร	◌ี	ร	ว	◌ิ	ท	ย	า	ย	ต	◌ิ	◌์
ด	ณ	ณ	ถ	า	ธ	ณ	ท	อ	ส	า	◌์	ท	ไ
ฟ	◌ิ	ส	◌ิ	ก	ส	◌์	ป	ย	เ	ญ	แ	ย	ก
ธ	ร	ณ	◌ี	ว	◌ิ	ท	ย	า	า	ส	ห	า	ษ
อ	◌ุ	ต	◌ุ	น	◌ิ	ย	ม	ว	◌ิ	ท	ย	า	ษ

โบราณคดี
ชีวเคมี
ชีววิทยา
เคมี
นิเวศวิทยา
สรีรวิทยา
ธรณีวิทยา
กลศาสตร์
อุตุนิยมวิทยา
แร่วิทยา
ฟิสิกส์
ประสาทวิทยา
พฤกษศาสตร์
จิตวิทยา
หุ่นยนต์
สังคมวิทยา
โภชนาการ

77 - Bijvoeglijke Naamwoorden

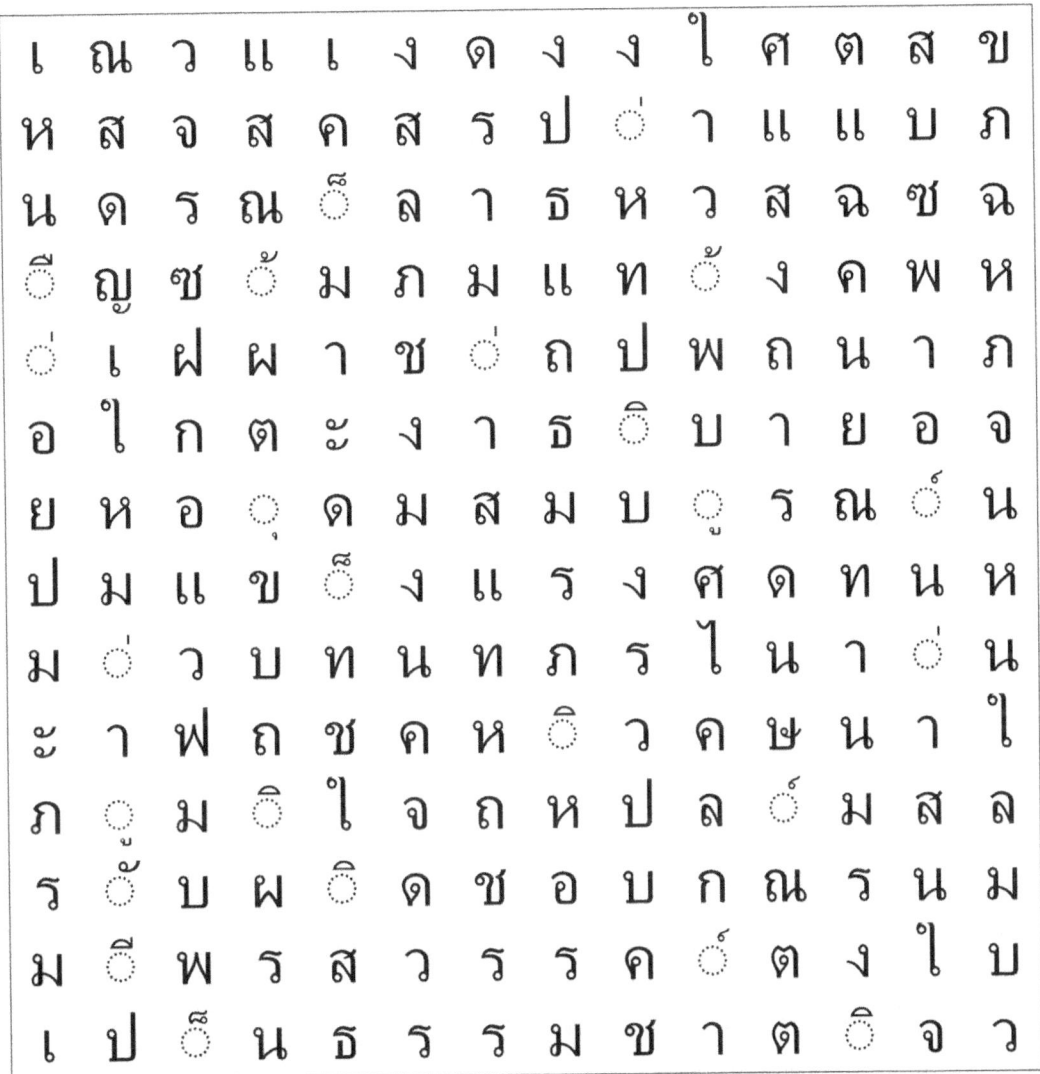

เ	ณ	ว	แ	เ	ง	ด	ง	ง	ไ	ศ	ต	ส	ข
ห	ส	จ	ส	ค	ส	ร	ป	◌่	า	แ	แ	บ	ภ
น	ด	ร	ณ	◌็	ล	า	ธ	ห	ว	ส	ฉ	ซ	ฉ
◌ี	ญ	ซ	◌้	ม	ภ	ม	แ	ท	◌้	ง	ค	พ	ห
◌่	เ	ฝ	ผ	า	ช	◌่	ถ	ป	พ	ถ	น	า	ภ
อ	ไ	ก	ต	ะ	ง	า	ธ	◌ิ	บ	า	ย	อ	จ
ย	ห	อ	◌ุ	ด	ม	ส	ม	บ	◌ู	ร	ณ	◌์	น
ป	ม	แ	ข	◌็	ง	แ	ร	ง	ศ	ด	ท	น	ห
ม	◌่	ว	บ	ท	น	ท	ภ	ร	ไ	น	า	◌่	น
ะ	า	ฝ	ถ	ช	ค	ห	◌ิ	ว	ค	ษ	น	า	ไ
ภ	◌ู	ม	◌ิ	ไ	จ	ถ	ห	ป	ล	◌์	ม	ส	ล
ร	◌ั	บ	ผ	◌ิ	ด	ช	อ	บ	ก	ณ	ร	น	ม
ม	◌ี	พ	ร	ส	ว	ร	ร	ค	◌์	ต	ง	ไ	บ
เ	ป	◌็	น	ธ	ร	ร	ม	ช	า	ต	◌ิ	จ	ว

แท้
มีพรสวรรค์
ธิบาย
สร้างสรรค์
ดราม่า
แข็งแรง
หิว
น่าสนใจ
เหนื่อย
เป็นธรรมชาติ
ใหม่
ปกติ
อุดมสมบูรณ์
ง่วงนอน
ภูมิใจ
รับผิดชอบ
สด
ป่า
เค็ม

78 - Kleding

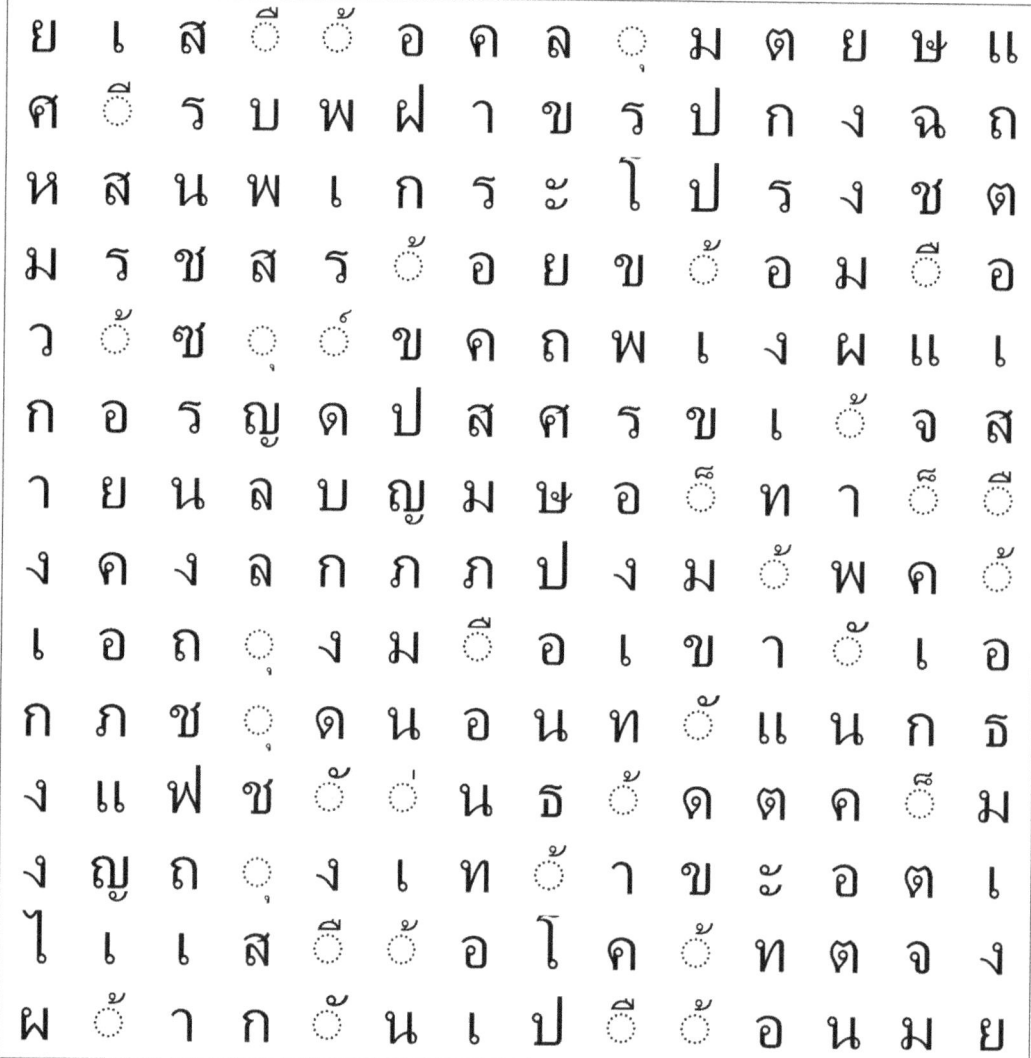

ย	เ	ส	◌ื	◌้	อ	ค	ล	◌ุ	ม	ต	ย	ษ	แ
ศ	◌ื	ร	บ	พ	ฝ	า	ข	ร	ป	ก	ง	ฉ	ถ
ห	ส	น	พ	เ	ก	ร	ะ	โ	ป	ร	ง	ช	ต
ม	ร	ช	ส	ร	◌้	อ	ย	ข	◌้	อ	ม	◌ื	อ
ว	◌้	ซ	◌ุ	◌์	ข	ค	ถ	พ	เ	ง	ผ	แ	เ
ก	อ	ร	ญ	ด	ป	ส	ศ	ร	ข	เ	◌้	จ	ส
า	ย	น	ล	บ	ญ	ม	ษ	อ	◌็	ท	า	◌็	◌ื
ง	ค	ง	ล	ก	ภ	ภ	ป	ง	ม	◌้	พ	ค	◌้
เ	อ	ถ	◌ุ	ง	ม	◌ื	อ	เ	ข	า	◌ั	เ	อ
ก	ภ	ช	◌ุ	ด	น	อ	น	ท	◌ั	แ	น	ก	ธ
ง	แ	ฟ	ช	◌ั	◌่	น	ธ	◌้	ด	ต	ค	◌็	ม
ง	ญ	ถ	◌ุ	ง	เ	ท	◌้	า	ข	ะ	อ	ต	เ
ไ	เ	เ	ส	◌ื	◌้	อ	โ	ค	◌้	ท	ต	จ	ง
ผ	◌้	า	ก	◌ั	น	เ	ป	◌ื	◌้	อ	น	ม	ย

สร้อยข้อมือ
กางเกง
ถุงมือ
หมวก
เสื้อโค้ท
แจ็คเก็ต
ยีนส์
ชุด
สร้อยคอ
แฟชั่น
ชุดนอน
เข็มขัด
กระโปรง
รองเท้าแตะ
รองเท้า
ผ้ากันเปื้อน
เสื้อ
ผ้าพันคอ
ถุงเท้า
เสื้อคลุม

79 - Vliegtuigen

า	ก	ผ	เ	น	ว	ซ	ส	ย	น	ล	ก	ไ	ภ
ท	า	พ	ู	ค	ำ	ร	ร	ฟ	ั	ู	า	ฮ	ย
่	ร	พ	ญ	้	ร	ท	จ	ร	ก	ก	ร	โ	ท
า	ผ	เ	บ	ซ	โ	ื	า	ไ	บ	เ	ต	ด	ม
เ	จ	ด	ล	ะ	ห	ด	่	ง	ิ	ร	ก	ร	ท
ร	ญ	อ	า	ก	า	ศ	ย	อ	น	ื	ท	เ	ิ
ื	ภ	ษ	ธ	ม	ฝ	จ	บ	ส	ง	อ	อ	จ	ศ
อ	ั	ง	ท	้	อ	ง	ฟ	้	า	ย	ด	น	ท
อ	ย	ว	ล	ู	ก	โ	ป	่	ง	ร	น	ม	า
ก	า	ร	ก	่	อ	ส	ร	้	า	ง	ด	ต	ง
แ	ป	ร	ะ	ว	ั	ต	ิ	ศ	า	ส	ต	ร	์
บ	ร	ร	ย	า	ก	า	ศ	ย	ภ	ร	ป	บ	า
บ	ค	ว	า	ม	ส	ู	ง	ฝ	ณ	ว	พ	ต	ด
ร	ไ	ค	ว	า	ม	ป	ั	่	น	ป	่	ว	น

การตกทอด
บรรยากาศ
การผจญภัย
ลูกโป่ง
ลูกเรือ
การก่อสร้าง
ประวัติศาสตร์
ท้องฟ้า
ความสูง
ท่าเรือ
อากาศ
เครื่องยนต์
นำทาง
ออกแบบ
ผู้โดยสาร
นักบิน
ทิศทาง
ความปั่นป่วน
ไฮโดรเจน

80 - Herbalisme

ล	า	เ	ว	น	เ	ด	อ	ร	◌์	อ	ร	ฝ	ค
ไ	จ	ก	ผ	◌ั	ก	ช	◌ี	ฝ	ร	◌ั	◌่	ง	◌ุ
ธ	ม	า	อ	อ	ร	◌ิ	ก	า	โ	น	◌่	ษ	ณ
ม	า	ร	◌์	โ	จ	แ	ร	ม	บ	จ	เ	ย	ภ
◌์	ธ	ท	ช	ท	ม	เ	ห	ร	พ	ท	ส	ณ	า
เ	ห	◌ำ	ส	ม	พ	ฝ	ด	อ	ก	ไ	ม	◌้	พ
อ	ญ	อ	อ	ก	ก	ห	ต	ฉ	ม	ส	ษ	ค	ร
ส	◌้	า	โ	ร	ส	แ	ม	ร	◌ี	◌่	ส	ย	ฉ
◌่	า	ห	ส	ะ	ผ	เ	ล	ร	น	ษ	ล	ซ	ธ
ว	ฝ	า	ศ	เ	ข	◌ี	ย	ว	ส	ฉ	ง	บ	จ
น	ร	ร	พ	ท	ง	ร	ฉ	ธ	ว	ช	ด	ผ	บ
ผ	◌ั	ก	ช	◌ี	ล	า	ว	ศ	น	ผ	า	ม	ฝ
ส	◌่	บ	ว	ย	ม	โ	ห	ร	ะ	พ	า	ต	ฝ
ม	น	จ	ษ	ม	ส	ษ	ห	ะ	ผ	ไ	ป	ฝ	◌ิ

หอม
โหระพา
ดอกไม้
การทำอาหาร
ผักชีลาว
เขียว
ส่วนผสม
กระเทียม
คุณภาพ
ลาเวนเดอร์
มาร์โจแรม
ออริกาโน่
ผักชีฝรั่ง
โรสแมรี่
หญ้าฝรั่น
รสชาติ
ไธม์
สวน

81 - Meubels

ช	ป	ง	ว	ค	ม	ซ	ซ	เ	ไ	ร	พ	ร	ม
ค	ะ	ข	ง	ห	เ	ป	ล	ญ	ว	น	ก	ช	◌้
ค	ง	ณ	ฟ	ณ	ม	ผ	น	ช	ท	ช	ร	◌้	า
ท	◌ี	◌่	น	อ	น	อ	◌้	โ	ต	◌๊	ะ	◌้	น
ก	ซ	ก	ห	ญ	ข	ว	น	า	ง	บ	จ	น	◌ั
ณ	ร	โ	ค	ม	ไ	ฟ	◌ู	ก	ม	ป	ก	ว	◌่
ฝ	ฝ	เ	ศ	ข	อ	ท	ม	ส	ธ	◌่	ด	า	ง
ย	ห	ร	ะ	ศ	ภ	น	ไ	พ	ไ	เ	า	ง	ก
ผ	ล	ว	ผ	ฉ	ร	ฝ	อ	บ	ผ	ด	ฝ	น	เ
ผ	เ	ก	◌้	า	อ	◌ี	◌้	◌ิ	ล	ไ	ฟ	ธ	ข
น	ต	ว	า	ง	อ	ส	ค	ต	ง	น	ณ	ค	แ
ไ	◌ี	ภ	น	ต	◌ู	◌้	ห	น	◌ั	ง	ส	◌ี	อ
ร	ย	ม	ว	ไ	ป	ภ	ณ	ผ	ข	ส	ค	อ	ะ
ฝ	ง	อ	ม	ศ	ซ	ผ	ญ	ถ	พ	จ	ล	อ	ก

ม้านั่ง
เตียง
ตู้หนังสือ
โต๊ะ
ผ้านวม
ฟูก
ผ้าม่าน
เปลญวน
หมอน
หมอนอิง
โคมไฟ
ที่นอน
ชั้นวาง
กระจก
เก้าอี้
พรม

82 - Piraten

ถ	เ	ด	ช	อ	◌ั	น	ต	ร	า	ย	ถ	ด	ณ
ณ	ข	ก	ช	ฟ	เ	ก	ไ	◌ั	ษ	ฉ	ช	า	น
ห	◌็	แ	า	า	ญ	แ	แ	ม	น	ซ	น	บ	ศ
ญ	ม	ล	ย	ะ	ฉ	ก	ผ	อ	ศ	ย	ถ	ถ	ก
ธ	ท	ะ	ห	ว	า	◌้	น	ล	ส	ส	ถ	ถ	ว
ส	◌ิ	แ	า	ถ	เ	ว	ท	◌ู	เ	ส	ม	อ	ส
ม	ศ	ญ	ด	ผ	เ	ข	◌ี	ก	◌ั	ป	ต	◌ั	น
บ	ญ	ต	ด	ข	ห	ภ	◌่	เ	บ	ภ	◌็	ด	ฝ
◌ั	ม	ห	า	ส	ม	◌ุ	ท	ร	ณ	ซ	ข	น	อ
ต	◌ำ	น	า	น	เ	พ	ไ	◌ี	ธ	ษ	แ	ฝ	จ
◌ิ	ถ	ว	พ	ด	อ	ะ	ท	อ	ง	ค	บ	ป	ต
ท	ป	◌้	ก	า	ร	ผ	จ	ญ	ภ	◌ั	ย	ค	ไ
ผ	ป	ฉ	◌ำ	ส	ก	ค	ะ	ภ	ะ	ค	พ	ฝ	ห
ะ	อ	ถ	ณ	ค	ถ	ฉ	แ	ย	◌่	ว	ต	ษ	ธ

สมอ
การผจญภัย
ลูกเรือ
เกาะ
อันตราย
ทอง
ถ้ำ
แผนที่
กัปตัน
เข็มทิศ
ตำนาน
แผลเป็น
มหาสมุทร
นกแก้ว
รัม
สมบัติ
แย่
ชายหาด
ธง
ดาบ

83 - Om in te Vullen

ญ	ฝ	ส	ห	ต	า	ม	แ	ฟ	ล	ร	อ	ซ	ค
ก	ณ	ก	ล	◌่	อ	ง	จ	อ	◌ิ	ฉ	◌่	อ	ย
อ	ร	ล	อ	◌ั	ต	ะ	ก	ร	◌้	า	า	ง	บ
ร	บ	ะ	ด	อ	ง	ป	◌ั	ร	น	ถ	ง	จ	ย
แ	ะ	ม	เ	ข	ส	ด	น	ส	ช	ร	แ	ด	ไ
ร	ค	ภ	ท	ป	ฝ	น	ก	ภ	◌ั	พ	ะ	ห	ไ
ถ	ค	ฝ	ผ	บ	◌๋	ศ	ถ	ห	ก	ฝ	ซ	ม	ล
ผ	ฝ	บ	ล	ภ	า	า	ป	ถ	◌ั	ง	ไ	า	อ
โ	ฟ	ล	เ	ด	อ	ร	◌์	า	ห	ศ	พ	ย	ฉ
เ	ฝ	ไ	ง	ษ	า	บ	◌์	ด	◌่	ท	ฝ	ข	ศ
ะ	จ	ไ	พ	ษ	ฟ	ม	ม	เ	อ	ข	บ	ฉ	ง
อ	ฟ	ญ	ม	ผ	แ	ท	า	ข	ร	า	ค	ด	อ
ช	ะ	ข	พ	น	เ	ฉ	ญ	ว	ช	ล	น	ไ	ด
ก	ล	◌่	อ	ง	ก	ร	ะ	ด	า	ษ	ช	ธ	ต

อ่าง
หลอด
ถาด
กล่อง
ถัง
ซองจดหมาย
ขวด
กล่องกระดาษ
ลัง
ลิ้นชัก
ตะกร้า
โฟลเดอร์
ห่อ
แจกัน
บาร์เรล
กระเป๋า

84 - Surfen

ค	ส	ก	ญ	ผ	ผ	ส	เ	ป	ร	ย	์	ถ	บ
ว	ล	ซ	จ	ต	ต	ุ	ป	ภ	ม	ษ	ข	ว	ะ
า	ว	ญ	ท	ข	ต	ด	็	ร	ข	า	ค	ช	ณ
ม	บ	พ	้	แ	พ	ข	น	ย	ู	ศ	ข	ะ	ง
เ	ี	ะ	อ	ไ	ร	ี	ท	ห	น	ป	ไ	ซ	ษ
ร	ม	อ	ง	บ	จ	ด	ี	ก	ั	ม	แ	ร	ง
็	ณ	ร	ไ	ค	ล	ี	่	น	ก	ห	ช	บ	ณ
ว	ช	ฝ	ภ	ห	ไ	ฉ	น	ค	ก	า	ม	ร	บ
ร	า	ู	จ	ว	ม	พ	ิ	ไ	ี	ส	ป	ี	ไ
ภ	ย	ง	ธ	บ	โ	่	ย	ค	ฬ	ม	์	ฟ	ศ
ฟ	ห	ช	ก	แ	น	ฟ	ม	ไ	า	ุ	ษ	ภ	ผ
ข	า	น	ส	น	ุ	ก	ม	อ	น	ท	ด	ท	ข
แ	ด	ช	ก	พ	ผ	ส	ม	บ	า	ร	ท	ษ	ผ
แ	ฝ	เ	อ	ถ	ส	ภ	า	พ	อ	า	ก	า	ศ

นักกีฬา
มือใหม่
สุดขีด
คลื่น
แชมป์
แรง
ท้อง
ฝั่งชน
มหาสมุทร
สนุก
เป็นที่นิยม
รีฟ
โฟม
ความเร็ว
สเปรย์
รูปแบบ
ชายหาด
สภาพอากาศ

85 - Rijden

ฟ	ฉ	ศ	ด	ค	ใ	ศ	ธ	ต	ฉ	ม	อ	ร	ถ
ฝ	ฟ	ว	ร	ถ	บ	ร	ร	ท	ุ	ก	ุ	ถ	อ
เ	ค	ร	ื	่	อ	ง	ย	น	ต	์	บ	จ	ษ
บ	ว	ต	ศ	ว	น	แ	ก	ใ	ล	อ	ั	ั	ก
ร	า	ำ	ถ	ซ	ุ	ฟ	ก	ถ	ฟ	ั	ต	ก	า
ค	ม	ร	น	อ	ญ	ช	ด	์	ภ	น	ิ	ร	ร
ะ	เ	ว	ญ	ค	า	ฟ	ว	อ	ส	ต	เ	ย	จ
ว	ร	จ	ล	ค	ต	ช	ป	ญ	ม	ร	ห	า	ร
เ	็	ก	า	ร	ข	น	ส	่	ง	า	ต	น	า
ค	ว	า	ม	ป	ล	อ	ด	ภ	ั	ย	ุ	ย	จ
ค	น	เ	ด	ิ	น	เ	ท	้	า	ไ	ศ	น	ร
ป	ผ	โ	ร	ง	ร	ถ	ถ	ฝ	อ	ป	ผ	ต	ส
อ	ุ	โ	ม	ง	ค	์	น	ป	ไ	ร	ฟ	์	ฉ
ช	แ	ผ	น	ท	ี	่	จ	น	ป	ษ	ซ	ฝ	ศ

รถ	เบรค
โรงรถ	ความเร็ว
แก๊ส	ถนน
อันตราย	อุโมงค์
แผนที่	ความปลอดภัย
ใบอนุญาต	การจราจร
เครื่องยนต์	การขนส่ง
รถจักรยานยนต์	คนเดินเท้า
อุบัติเหตุ	รถบรรทุก
ตำรวจ	

86 - Wetenschap

ไ	ท	ว	ข	◌้	อ	ม	◌ู	ล	ส	พ	ฟ	ก	ธ
ภ	◌ู	ม	◌ิ	อ	า	ก	า	ศ	า	◌ี	◌ิ	า	ร
ม	แ	ร	◌่	ธ	า	ต	◌ุ	ว	ว	ช	ส	ร	ร
ส	◌ิ	◌่	ง	ม	◌ี	ช	◌ี	ว	◌ิ	ต	◌ิ	ส	ม
ว	ถ	ส	ห	ซ	ผ	บ	ย	ด	ว	ษ	ก	◌ั	ช
ฟ	อ	ส	ซ	◌ิ	ล	ร	ซ	โ	◌ั	ว	ส	ง	า
พ	น	ม	ฉ	ก	บ	อ	ม	ม	ฒ	ไ	◌์	เ	ต
ฉ	◌ุ	ม	ไ	า	ญ	ญ	า	เ	น	ฟ	ง	ก	◌ิ
ก	ภ	ต	น	ร	ช	ค	ด	ล	า	า	ต	ต	ษ
ว	า	◌ิ	ล	ท	ย	ป	ล	ก	ก	ศ	ป	ด	ก
ถ	ค	ฐ	ย	ด	ไ	เ	บ	◌ุ	า	แ	ฟ	แ	ม
ล	บ	า	เ	ล	ภ	ย	ค	ล	ร	ด	เ	ค	ร
ด	ท	น	ะ	อ	ะ	ต	อ	ม	ไ	ร	ะ	ช	ษ
ป	ข	ค	ง	ง	บ	ป	ผ	ป	◌ี	ฉ	อ	พ	ห

อะตอม
เคมี
อนุภาค
วิวัฒนาการ
การทดลอง
ฟอสซิล
ข้อมูล
สมมติฐาน
ภูมิอากาศ
วิธี
แร่ธาตุ
โมเลกุล
ธรรมชาติ
ฟิสิกส์
การสังเกต
สิ่งมีชีวิต
พืช

87 - Herfst

เ	ส	◌ี	◌้	อ	ผ	◌้	า	ณ	ป	ง	น	ต	ส
ซ	ท	ส	ธ	ห	ก	ว	ง	ว	ย	ฝ	◌้	า	ภ
ห	ก	ศ	ค	ศ	ะ	◌ิ	ค	ท	บ	ภ	◌ำ	ม	า
ช	ง	ซ	ก	เ	ป	ษ	บ	ว	ฟ	◌ู	แ	ฤ	พ
ส	ซ	ฟ	ภ	า	ว	◌ุ	ศ	ก	ษ	ม	ข	ด	อ
เ	ว	ซ	ข	ซ	ล	ว	ณ	ถ	ท	◌ิ	◌็	◌ู	า
แ	ด	น	ณ	ฟ	ฝ	◌ั	ไ	ค	ธ	อ	ง	ก	ก
ม	ญ	◌ี	ผ	ธ	ข	ต	ไ	ว	ห	า	บ	า	า
ญ	ห	ร	อ	ล	◌ู	ก	โ	อ	◌๊	ก	บ	ล	ศ
ส	ป	ษ	ศ	น	ไ	ฉ	ม	เ	ก	า	ล	◌ั	ด
ณ	ห	ไ	ฟ	ไ	ห	ม	◌้	ซ	ญ	ศ	ฉ	ข	เ
ก	า	ร	โ	ย	ก	ย	◌้	า	ย	ฉ	า	ผ	า
ท	ญ	ฝ	ย	ข	บ	แ	อ	ป	เ	ป	◌ิ	◌้	ล
ธ	ร	ร	ม	ช	า	ต	◌ิ	ฝ	ช	ม	พ	ญ	ร

แอปเปิ้ล
สวนผลไม้
ไฟไหม้
ลูกโอ๊ก
วิษุวัต
เทศกาล
เกาลัด
เสื้อผ้า
ภูมิอากาศ
เดือน
การโยกย้าย
ธรรมชาติ
ตามฤดูกาล
น้ำแข็ง
สภาพอากาศ

88 - Speelgoed

ห	น	◌ั	ง	ส	◌ี	อ	จ	จ	ร	ช	ร	ป	ห
ม	◌ุ	เ	ค	ล	ย	◌์	◌ั	◌ิ	ถ	ถ	ถ	ท	ท
า	พ	◌่	จ	ฟ	ผ	ต	ก	น	ไ	เ	บ	ส	ห
ก	ย	ว	น	ม	ฉ	◌ุ	ร	ต	ฟ	ะ	ร	ไ	◌ี
ร	แ	ง	ษ	ย	ย	◌๊	ย	น	ภ	ว	ร	จ	เ
◌ุ	บ	ห	ผ	ษ	น	ก	า	า	ไ	ฉ	ท	ป	ค
ก	า	เ	ร	◌ี	อ	ต	น	ก	ม	ศ	◌ุ	า	ร
ว	ป	ก	ก	ง	อ	า	◌์	า	ฉ	า	ก	ย	◌ี
ณ	ท	ม	ล	ม	อ	ป	ฝ	ร	า	ซ	ถ	ะ	◌่
เ	น	ต	อ	ป	ร	◌ิ	ศ	น	า	เ	ด	ญ	อ
บ	ว	ห	ง	ล	◌ู	ก	บ	อ	ล	า	ณ	ช	ง
จ	ด	ว	ม	ท	◌ี	◌่	ช	◌ี	◌่	น	ช	อ	บ
ง	า	น	ฝ	◌ี	ม	◌ี	อ	ช	ล	ภ	ด	ะ	◌ิ
ว	◌่	า	ว	น	ว	ธ	ด	จ	ณ	ศ	ฟ	ล	น

งานฝีมือ
รถ
ลูกบอล
หนังสือ
เรือ
กลอง
ที่ชื่นชอบ
จักรยาน
เกม
เคลย์
ตุ๊กตา
ปริศนา
หุ่นยนต์
หมากรุก
รถไฟ
จินตนาการ
สี
ว่าว
เครื่องบิน
รถบรรทุก

89 - Muziekinstrumenten

แ	ซ	ก	โ	ซ	โ	ฟ	น	ง	ค	แ	ฮ	จ	ม
ไ	ว	โ	อ	ล	ิ	น	ษ	จ	ล	ท	า	ศ	า
ป	ว	ย	โ	ข	ะ	ศ	า	ซ	า	ม	ร	ต	ร
พ	ร	ก	บ	ษ	ล	ช	ป	ม	ร	บ	์	เ	ิ
เ	ป	ี	ย	โ	น	ุ	ี	ห	ิ	ู	โ	ช	ม
พ	ถ	ต	ข	ร	ป	ผ	่	ง	เ	ร	ม	ล	บ
ะ	ฮ	า	ร	์	ป	แ	บ	ย	น	ี	น	โ	า
ง	ฉ	ร	ษ	พ	บ	บ	า	ห	็	น	ิ	ล	ล
ซ	ค	์	ด	เ	ว	น	ส	ด	ต	ฟ	ก	ค	ท
แ	ต	ร	ก	ด	ฟ	โ	ซ	ด	บ	ฆ	้	อ	ง
ง	ป	น	ล	ด	ช	จ	ู	ณ	ฉ	ผ	า	พ	ธ
ถ	ท	ร	อ	ม	โ	บ	น	อ	ง	ศ	น	ผ	จ
ษ	ข	น	ง	จ	แ	ม	น	โ	ด	ล	ิ	น	ศ
ณ	ร	ต	ี	ร	ะ	ฆ	ั	ง	ย	ถ	า	ไ	ต

แบนโจ
เชลโล
ปี่บาสซูน
ขลุ่ย
กีตาร์
ฆ้อง
ฮาร์ป
โอโบ
คลาริเน็ต
ตีระฆัง

แมนโดลิน
มาริมบา
ฮาร์โมนิก้า
เปียโน
แซกโซโฟน
แทมบูรีน
ทรอมโบน
กลอง
แตร
ไวโอลิน

90 - Activiteiten en Vrije Ti

ศ	น	เ	บ	ส	น	ต	ก	ป	ล	า	บ	ผ	ย
ง	น	ท	เ	ก	ศ	ถ	เ	อ	จ	ษ	ซ	◌่	ไ
ง	า	น	อ	ด	◌ิ	เ	ร	ก	ล	จ	ะ	อ	า
ก	ล	น	ญ	◌ำ	ล	บ	ว	ฝ	ก	◌์	จ	น	ป
ม	อ	◌ิ	ร	น	ป	ส	อ	ไ	า	ถ	ฟ	ค	ท
า	ว	ส	ข	◌้	ะ	บ	ล	ส	ร	บ	ะ	ล	◌่
ภ	◌่	ย	ธ	◌ำ	ท	อ	เ	ฟ	ท	า	ป	า	อ
ง	า	ย	ม	ง	ภ	ล	ล	◌ุ	◌ำ	ส	เ	ย	ง
ไ	ย	พ	ฝ	ม	ง	ะ	ย	ต	ส	เ	ย	พ	ผ
ศ	น	แ	ว	ก	ะ	ก	◌์	บ	ว	ก	ล	ต	ท
แ	◌้	ศ	ข	า	ภ	บ	บ	อ	น	ต	ห	ส	แ
ท	◌ำ	จ	ฝ	ม	ด	ด	อ	ล	ต	บ	ด	ร	ศ
เ	ด	◌ิ	น	ท	า	ง	ล	ค	ล	อ	ก	ณ	ธ
ไ	ส	ญ	ฉ	ฉ	ศ	ส	ธ	ห	ร	ล	ษ	บ	ว

บาสเกตบอล
มวย
ดำน้ำ
กอล์ฟ
ตกปลา
งานอดิเรก
เบสบอล
ศิลปะ
ผ่อนคลาย

เดินทาง
ภาพวาด
ท่อง
เทนนิส
การทำสวน
ฟุตบอล
วอลเลย์บอล
ว่ายน้ำ

91 - Water

น	ผ	เ	ช	ไ	ค	ว	า	ม	ช	◌ี	◌้	น	ส
◌้	ช	บ	แ	◌ี	อ	ท	ร	ห	อ	น	บ	ภ	ด
◌ำ	ห	◌ิ	ม	ะ	◌้	น	ท	ฝ	ธ	ถ	บ	ญ	พ
พ	ไ	ณ	◌่	ฝ	ะ	น	◌้	ง	แ	ภ	ต	แ	า
◌ุ	น	ว	น	ด	ษ	ภ	ซ	◌ำ	ต	ง	ส	พ	ย
ร	ข	ช	◌้	ท	ะ	เ	ล	ส	า	บ	ด	ก	◌ุ
◌้	ล	ช	◌ำ	ด	◌ี	◌่	ม	ไ	ด	◌้	บ	า	เ
อ	ม	ร	ส	◌ุ	ม	ห	า	ส	ม	◌ุ	ท	ร	ฮ
น	า	ท	ญ	ล	น	◌้	◌ำ	แ	ข	◌็	ง	ร	อ
ฝ	ห	บ	น	◌้	◌ำ	ท	◌่	ว	ม	ซ	ง	ะ	ร
จ	ย	จ	น	ว	า	ม	ช	◌ี	◌้	น	ซ	เ	◌ิ
ศ	ท	า	บ	◌้	ม	ก	ค	ล	อ	ง	ณ	ห	เ
พ	ไ	ภ	ธ	ก	◌ำ	ต	จ	ฝ	แ	ว	ณ	ย	ค
ช	ล	ป	ร	ะ	ท	า	น	น	ค	ล	◌ี	◌่	น

อาบน้ำ
ดื่มได้
น้ำพุร้อน
คลื่น
น้ำแข็ง
ชลประทาน
คลอง
ทะเลสาบ
มรสุม
มหาสมุทร

พายุเฮอริเคน
น้ำท่วม
ฝน
แม่น้ำ
หิมะ
ไอน้ำ
การระเหย
วามชื้น
ชื้น
ความชื้น

92 - Schaken

ร	ณ	ญ	แ	ค	ล	ร	◌ู	เ	ก	ม	บ	ส	ท
ญ	ง	ง	เ	น	ธ	ข	ย	ท	ว	ณ	ม	◌ี	ไ
บ	ง	ฟ	ค	ฟ	ค	ค	ศ	ญ	ว	ล	ค	ด	เ
ค	ธ	ส	ณ	อ	ษ	ว	เ	ง	ห	ด	า	◌ำ	ส
◌ู	ก	พ	ม	ท	ถ	◌ี	น	ไ	ศ	แ	ฉ	ภ	◌้
◌่	ฎ	ษ	จ	ฟ	บ	น	ผ	◌ู	◌้	เ	ล	◌่	น
แ	อ	ว	◌ั	ญ	น	อ	ฉ	ค	ค	ร	า	ก	ท
ข	า	ว	ะ	ต	น	◌ุ	ธ	ะ	ธ	◌ี	ด	ล	แ
◌่	ฟ	ณ	ษ	ง	ร	ท	ผ	แ	า	ย	ณ	ย	ย
ง	แ	ช	ม	ป	◌์	◌ิ	ซ	น	ฝ	น	ศ	◌ุ	ง
ส	ซ	ท	ะ	า	ย	ศ	ย	น	ว	ร	น	ท	ม
ศ	จ	ษ	ฉ	ผ	ต	พ	ห	◌์	จ	◌ู	ร	ธ	◌ุ
ก	า	ร	แ	ข	◌่	ง	ข	◌ั	น	◌้	ไ	◌์	ม
ม	ต	ด	ผ	ค	ว	า	ม	ท	◌้	า	ท	า	ย

เส้นทแยงมุม
แชมป์
กษัตริย์
ควีน
เรียนรู้
อุทิศ
รู
คะแนน
กฎ
ฉลาด
เกม
ผู้เล่น
กลยุทธ์
คู่แข่ง
เวลา
การแข่งขัน
ความท้าทาย
ขาว
สีดำ

93 - Boerderij #1

ผ	ผ	บ	ไ	น	า	เ	ณ	ะ	อ	ค	ล	ป	อ
ข	◌ื	น	ก	◌้	ต	ม	า	ผ	ฝ	ไ	า	ร	◌ี
ล	ธ	◌้	◌่	◌ำ	พ	ล	ส	ท	ห	น	ข	◌ั	ก
ย	ะ	◌ำ	ง	า	ม	◌็	ร	ไ	า	น	ม	◌้	า
จ	ก	ผ	ฝ	ล	ซ	ด	จ	ว	ห	บ	ห	ว	ผ
บ	จ	◌ึ	ภ	ต	ฝ	แ	บ	ฝ	ม	ภ	า	◌ั	ฟ
ล	ถ	◌้	ษ	ท	ษ	อ	ฝ	ล	า	ก	ร	ว	ร
ฝ	ภ	ง	ซ	ค	เ	ผ	ธ	◌ู	ง	ก	อ	ส	ญ
ข	ษ	เ	า	ฉ	ง	ท	ป	ฟ	ง	อ	น	บ	ญ
ก	ป	◌ุ	◌๋	ย	ส	พ	ส	น	า	ม	◌่	ต	ถ
เ	ก	ษ	ต	ร	ก	ร	ร	ม	ณ	ง	อ	ว	ผ
ว	แ	ข	◌้	า	ว	พ	ฉ	ศ	แ	ะ	ง	ว	ง
ย	พ	แ	ไ	น	น	ะ	ญ	ไ	ช	ข	ง	ไ	ค
ไ	ะ	ญ	บ	แ	ม	ว	ถ	ผ	ซ	พ	ถ	น	ต

ผึ้ง
ลา
แพะ
รั้ว
หมา
น้ำผึ้ง
ฟาง
น่อง
แมว
ไก่
วัว
อีกา
ฝูง
เกษตรกรรม
ปุ๋ย
ม้า
ข้าว
สนาม
น้ำ
เมล็ด

94 - Huis

ช	ธ	ก	ซ	ห	ห	ป	ผ	ค	ต	เ	เ	ธ	เ
ง	ซ	ร	◌ั	◌้	ว	ล	น	โ	จ	ส	ต	ห	ฟ
น	ษ	ะ	ไ	อ	ม	◌่	◌ั	ร	ห	ร	า	◌้	อ
บ	พ	จ	ญ	ง	ย	อ	ง	ง	น	แ	ผ	อ	ร
ไ	ร	ก	ไ	ส	ร	ง	อ	ร	ค	ฝ	◌ิ	ง	◌์
ป	ม	ล	ไ	ม	ส	ไ	ผ	ถ	ร	า	ง	น	น
อ	ร	◌้	ษ	◌ุ	ร	ฟ	อ	ร	◌ั	ภ	ห	อ	◌ิ
พ	ญ	ะ	ก	ด	ห	◌้	อ	ง	ว	ส	ว	น	เ
ณ	น	ผ	ต	ว	ถ	เ	า	ล	ผ	จ	ฝ	น	จ
ม	ด	บ	ษ	◌ู	า	พ	บ	ถ	ส	ะ	ผ	โ	อ
ท	ป	ฟ	แ	ช	ท	ด	น	ผ	ข	ผ	ผ	ค	ร
เ	ต	ะ	ท	ธ	ศ	า	◌้	ฟ	ธ	ฝ	ย	ม	◌์
ไ	ป	ล	ฝ	ก	ม	น	◌ำ	ท	ะ	ธ	ถ	ไ	ง
ถ	ไ	ช	◌ั	◌้	น	ไ	ต	◌้	ด	◌ิ	น	ฟ	ล

ไม้กวาด
ห้องสมุด
หลังคา
ประตู
อาบน้ำ
โรงรถ
เตาผิง
รั้ว
ห้อง
ชั้นใต้ดิน
ครัว
โคมไฟ
เฟอร์นิเจอร์
ผนัง
เพดาน
ปล่องไฟ
ห้องนอน
กระจก
พรม
สวน

95 - Kleuren

แ	ง	ล	ส	ช	ฝ	ะ	ท	ล	ะ	ล	ร	พ	ษ
ด	ช	ส	จ	ส	◌ู	ส	◌ี	เ	ห	ล	◌ื	อ	ง
ง	จ	◌ี	ซ	◌ี	เ	ป	◌ี	ย	ฝ	ฟ	ไ	ธ	บ
ฉ	เ	ม	ห	ม	ช	ข	ส	เ	บ	ฝ	ด	ไ	ช
ส	บ	◌่	ง	◌่	◌ี	า	◌ี	ส	ท	ค	ร	า	ม
◌้	จ	ว	บ	ว	ย	ม	น	ย	◌ี	า	ข	ศ	พ
ม	ส	ง	ฟ	ง	ญ	ร	◌้	ไ	ว	ฟ	ช	ง	◌ู
ษ	◌ี	แ	ศ	ฉ	ษ	ล	◌ำ	า	ไ	ณ	◌้	ป	ถ
ย	ด	ด	ด	ไ	ว	ด	ต	บ	อ	ซ	พ	า	ค
ค	◌ำ	ง	ญ	ซ	แ	ร	า	น	ข	ซ	ห	ญ	ธ
ว	ส	ภ	แ	ถ	ช	ค	ล	ถ	ท	ส	บ	ผ	ภ
ด	จ	เ	จ	ผ	ม	ถ	ฟ	ข	า	ว	ฉ	ผ	จ
ส	◌ี	น	◌้	◌ำ	เ	ง	◌ิ	น	ช	ป	ะ	ด	ม
ษ	ย	ธ	ซ	ถ	แ	ง	ซ	ล	แ	ฉ	ง	ด	ง

เบจ
สีน้ำเงิน
สีน้ำตาล
สีฟ้า
ฟูเชีย
สีเหลือง
เทา
เขียว
คราม
สีม่วงแดง
ส้ม
สีม่วง
แดง
ชมพู
ซีเปีย
ขาว
สีดำ

96 - Verjaardag

ง	ต	ภ	ซ	ไ	พ	ท	ค	ก	ป	ฟ	ง	เ	ข
า	ด	ร	ณ	ผ	พ	ถ	ง	ค	ย	บ	ถ	พ	อ
น	เ	ก	◌ิ	ด	เ	◌่	ถ	ต	บ	ไ	ณ	ล	ง
ฉ	ร	ธ	ศ	ห	น	◌ุ	◌่	ม	ส	า	ว	ง	ข
ล	◌ี	ป	ฏ	◌ิ	ท	◌ิ	น	ป	น	ว	ส	ล	ว
อ	ย	ค	บ	ษ	ย	ฉ	ย	ถ	◌ุ	จ	ษ	ว	◌ั
ง	น	◌ำ	บ	ญ	น	ไ	ม	อ	ก	ม	ภ	ว	ญ
จ	ร	เ	ค	◌้	ก	อ	ภ	ก	ป	า	ข	◌ั	เ
ช	◌ู	ช	ว	ง	ว	ะ	ว	เ	ท	◌ี	ย	น	พ
ป	◌้	◌ิ	ภ	ล	พ	◌ิ	เ	ศ	ษ	ก	ป	น	◌ี
ผ	น	ญ	อ	ง	า	ม	ด	ถ	ถ	ไ	◌ั	ห	◌่
ม	◌ี	ค	ว	า	ม	ส	◌ุ	ข	ม	ว	ญ	ด	อ
แ	ไ	ค	ว	า	ม	ท	ร	ง	จ	◌ำ	ญ	ะ	น
ย	ฉ	ะ	แ	ป	ไ	อ	ท	เ	ษ	ผ	า	แ	ฟ

เค้ก
วัน
เกิด
มีความสุข
ของขวัญ
ความทรงจำ
ปี
หนุ่มสาว
เทียน
ไผ่

ปฏิทิน
เรียนรู้
เพลง
สนุก
พิเศษ
เวลา
คำเชิญ
งานฉลอง
เพื่อน
ปัญญา

97 - Getallen

ะ	ส	◌ิ	บ	ส	ภ	ภ	น	ค	เ	ก	◌้	า	ส
ล	◌ิ	ม	ท	◌ิ	ห	น	◌ึ	◌่	ง	จ	ธ	ผ	◌ิ
ส	บ	บ	ป	บ	ด	ส	จ	ณ	ส	ธ	◌็	ะ	บ
า	แ	ซ	บ	ห	ห	ซ	ป	ต	จ	ณ	ฟ	ด	ส
ม	ป	ภ	ซ	ก	◌้	ช	ศ	◌ู	น	ย	◌์	เ	◌ี
ม	ด	ะ	ไ	ด	า	า	ภ	ค	ภ	◌ี	ท	ก	◌่
แ	ช	ไ	ป	ส	ญ	ส	ภ	ฉ	น	◌่	ส	ม	พ
ท	ป	จ	ส	◌ิ	บ	เ	ก	◌้	า	ส	◌ิ	ห	ไ
ณ	ข	ด	อ	บ	ส	เ	า	ง	ไ	◌ิ	บ	ก	ส
ส	เ	ค	ง	ห	ว	พ	ศ	ฟ	ฟ	บ	ส	ะ	น
อ	◌ี	อ	อ	◌้	เ	ญ	ด	ธ	ว	ไ	า	ฝ	ณ
อ	ค	◌่	ป	า	ษ	จ	ซ	ณ	ค	ะ	ม	ต	ฉ
ส	◌ิ	บ	เ	จ	◌็	ด	ท	ฉ	ไ	ภ	ศ	ด	ซ
ม	ฟ	ม	ว	ฟ	ส	◌ิ	บ	ส	อ	ง	ฝ	ม	ผ

แปด
สิบแปด
สิบสาม
สาม
หนึ่ง
เก้า
สิบเก้า
ศูนย์
สิบ
สิบสอง
สอง
ยี่สิบ
สิบสี่
สี่
ห้า
สิบห้า
หก
สิบหก
เจ็ด
สิบเจ็ด

98 - Boerderij #2

ฝ	ฉ	ช	ข	ฟ	ห	ผ	ถ	ธ	จ	ง	ห	ข	ซ
โ	ร	ง	น	า	ช	◌ั	ข	ม	เ	ษ	ย	พ	น
ป	ส	ร	ม	น	ท	ก	ศ	ว	ป	ร	ฉ	ม	ฟ
ย	บ	ถ	ช	ว	ษ	ส	ษ	ฝ	◌็	เ	ท	ท	า
ก	ไ	แ	ล	ช	า	ว	น	า	ด	ว	ญ	◌ุ	ว
◌ั	ต	ท	ป	ภ	ท	น	ส	◌ั	ต	ว	◌์	◌่	ข
ง	ซ	ร	ร	◌ั	ง	ผ	◌ึ	◌้	ง	ไ	ซ	ง	◌้
ห	ไ	ก	ะ	า	ณ	ล	า	ม	า	ผ	ย	ห	า
◌ั	ร	เ	ท	ช	ย	ไ	ผ	ล	แ	น	ฉ	ญ	ว
น	ผ	ต	า	ฉ	ซ	ม	ถ	ล	ซ	จ	ว	◌้	โ
ม	ง	อ	น	ไ	ฝ	◌้	ฝ	ฟ	ไ	ฟ	แ	า	พ
บ	า	ร	◌์	เ	ล	◌่	ย	◌์	ซ	ม	ธ	ก	ด
ไ	ช	◌์	ณ	ซ	ล	◌ู	ก	แ	ก	ะ	◌้	เ	ะ
ข	◌้	า	ว	ส	า	ล	◌ี	ภ	ไ	ข	ด	จ	ฉ

รังผึ้ง
ชาวนา
สวนผลไม้
สัตว์
เป็ด
ผลไม้
บาร์เล่ย์
ผัก
ชลประทาน
ลูกแกะ
ลามา
ข้าวโพด
นม
แกะ
โรงนา
ข้าวสาลี
รถแทรกเตอร์
ทุ่งหญ้า
กังหัน

99 - Voeding

ค	ว	า	ม	ก	ร	ะ	ห	า	ย	า	ม	ช	ร
า	ข	ค	ร	า	น	โ	ส	ม	ด	◌ุ	ล	ธ	ส
ร	ม	◌ุ	ส	ร	แ	◌ั	ป	ส	◌ุ	ข	ภ	า	พ
◌์	เ	ณ	ช	ย	ข	ข	◌ำ	ร	เ	ป	ร	ข	ว
โ	ช	ภ	า	◌่	ภ	ก	◌็	ห	ต	ผ	ณ	อ	◌ิ
บ	ก	า	ต	อ	ไ	ษ	อ	ง	น	◌ี	ษ	ง	ต
ไ	ญ	พ	◌ิ	ย	ฉ	ฝ	ะ	ก	แ	◌ั	น	เ	า
ฮ	ก	◌ิ	น	ไ	ด	◌้	อ	า	ค	ร	ก	ห	ม
เ	พ	◌ิ	ษ	ก	ผ	ผ	า	ร	ล	ป	ง	ล	◌ิ
ด	ล	จ	เ	ถ	ซ	ก	ห	ห	อ	ต	ย	ว	น
ร	ฝ	ซ	ท	ถ	อ	ต	า	ม	ร	ภ	ถ	ผ	ป
ต	ณ	ฟ	ถ	จ	ส	ธ	ร	◌ั	◌ี	ช	ก	ะ	ฟ
ส	า	ร	อ	า	ห	า	ร	ก	◌่	ณ	ล	ง	ว
า	ห	ะ	ว	อ	ไ	ค	ช	ซ	ภ	ถ	ม	ภ	ะ

ขม
แคลอรี่
อาหาร
กินได้
ความกระหาย
โปรตีน
สมดุล
การหมัก
น้ำหนัก
แข็งแรง

สุขภาพ
คาร์โบไฮเดรต
คุณภาพ
ซอส
รสชาติ
การย่อย
พิษ
วิตามิน
ของเหลว
สารอาหาร

1 - Metingen

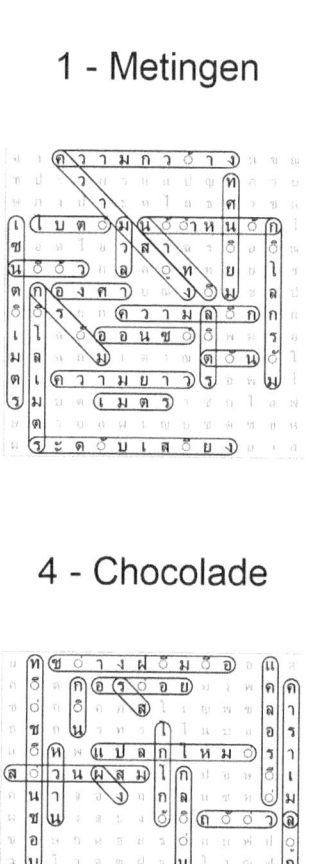

2 - Keuken

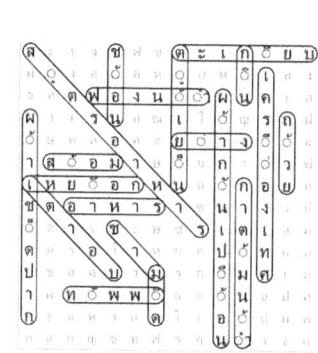

3 - Boten

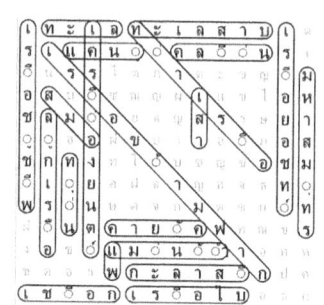

4 - Chocolade

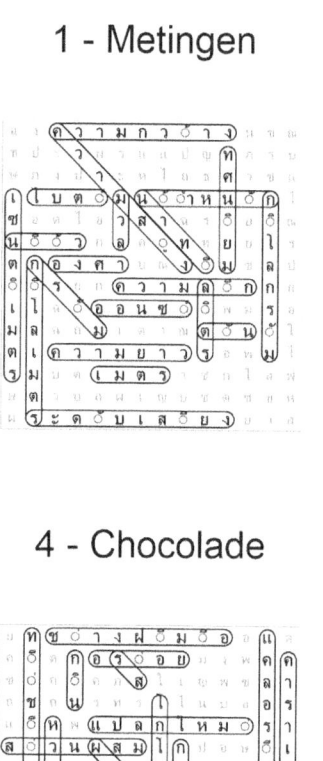

5 - Tijd

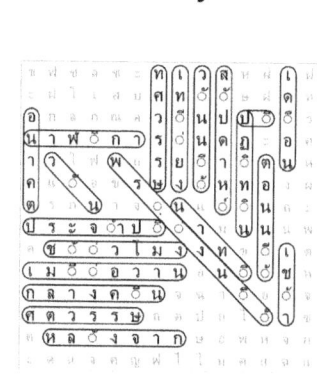

6 - Meditatie

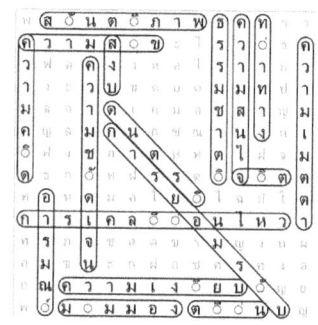

7 - Zomer

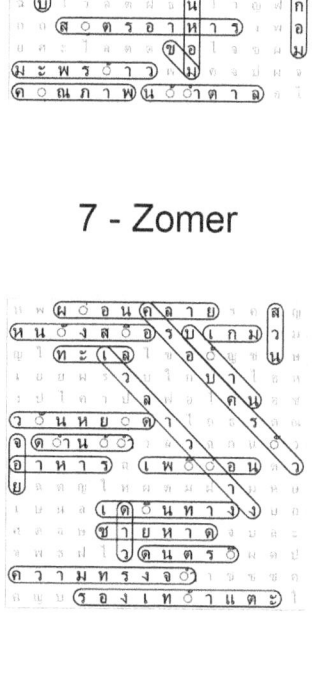

8 - Vogels

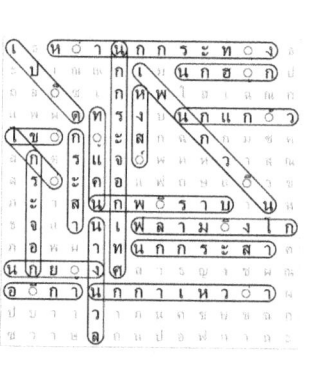

9 - Behoud

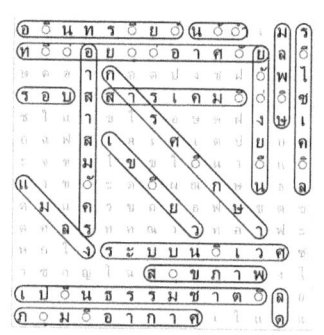

10 - Wiskunde

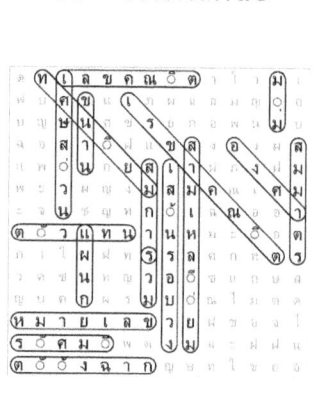

11 - Camping

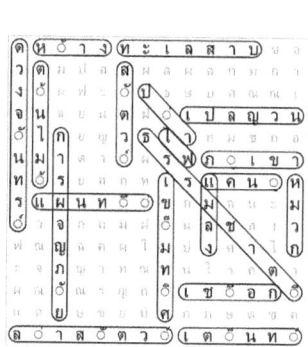

12 - Activiteiten

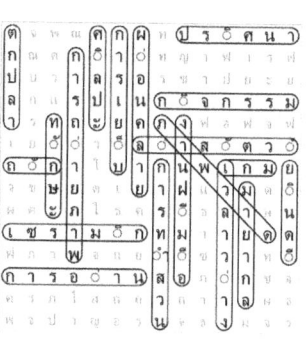

13 - Astronomie

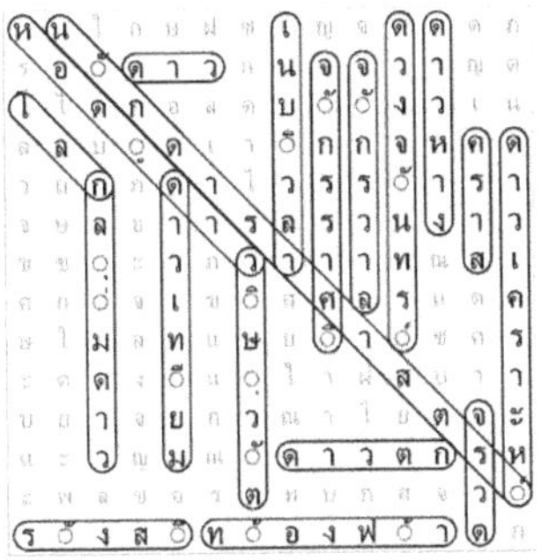

14 - Emoties

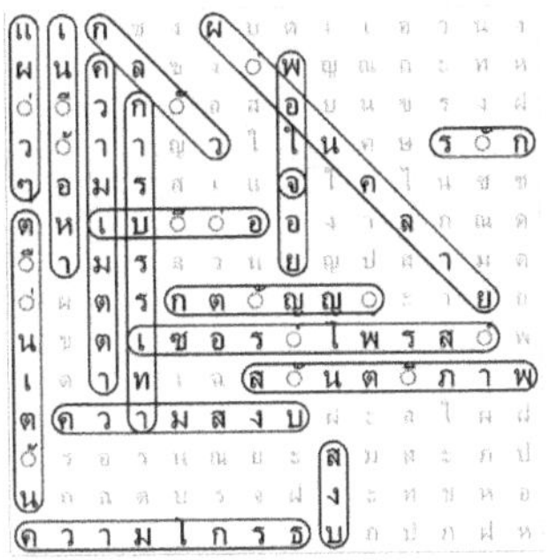

15 - Vakantie #2

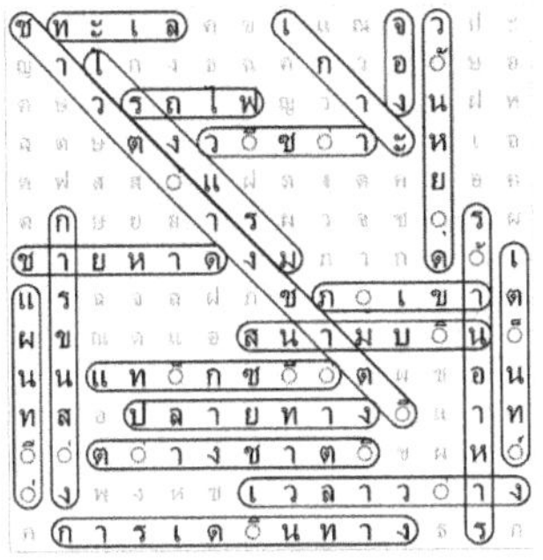

16 - Weersomstandigh

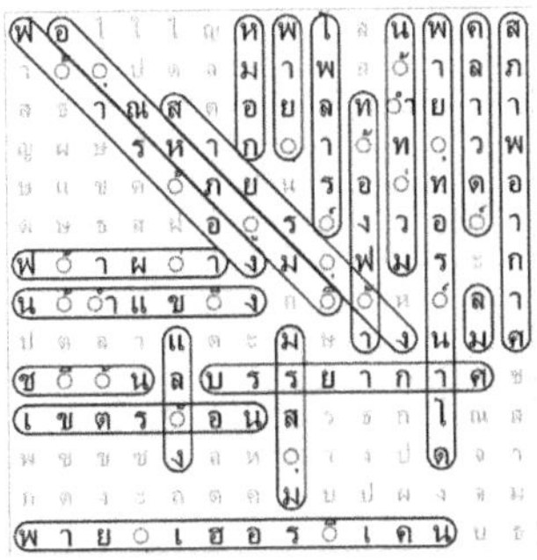

17 - Strand

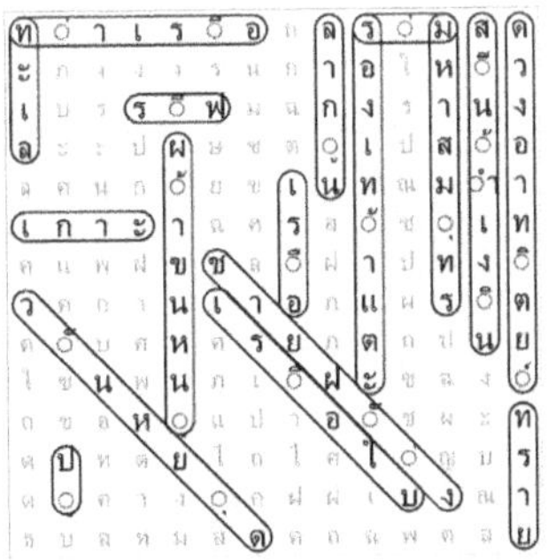

18 - Eten #2

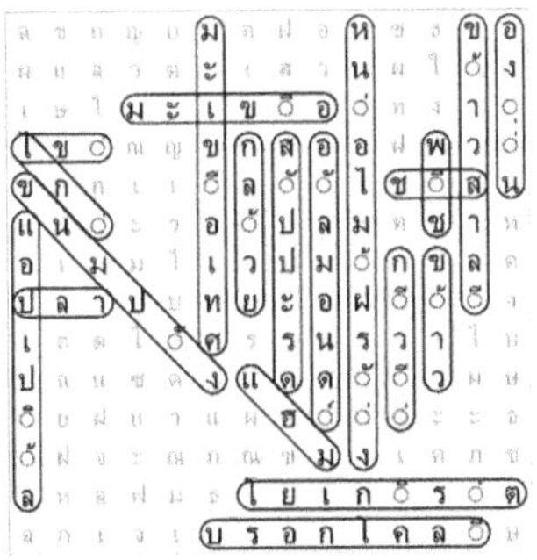

19 - Klimmen

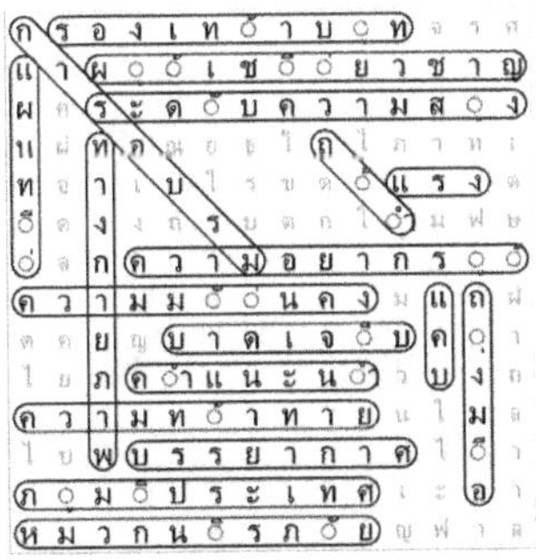

20 - Restaurant #1

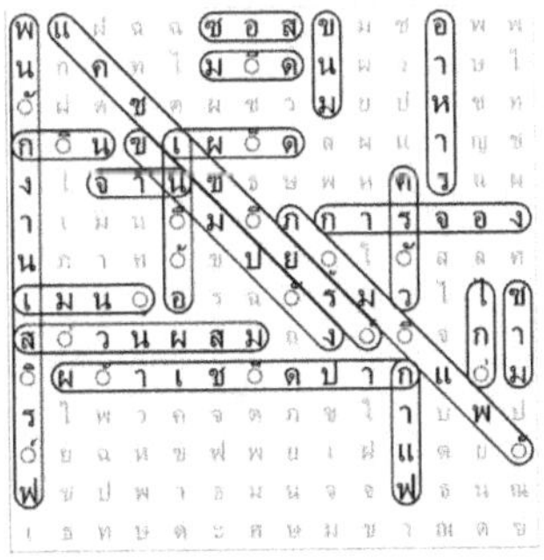

21 - Geologie

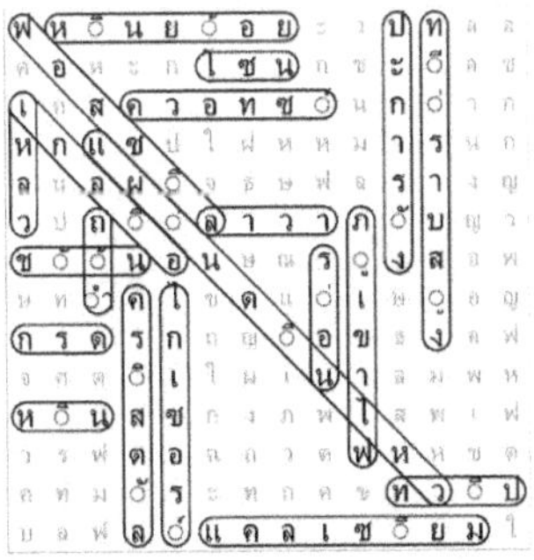

22 - Specerijen

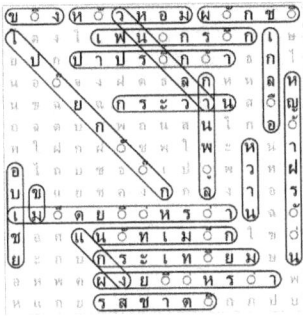

23 - Groenten

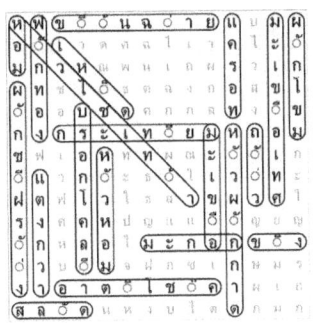

24 - Dans

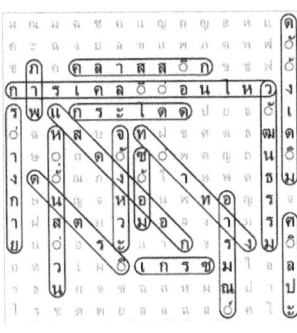

25 - Sport

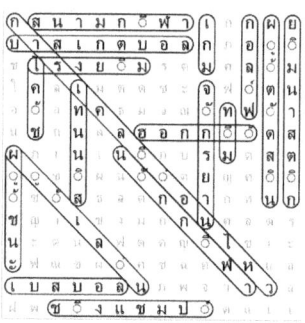

26 - Mythologie

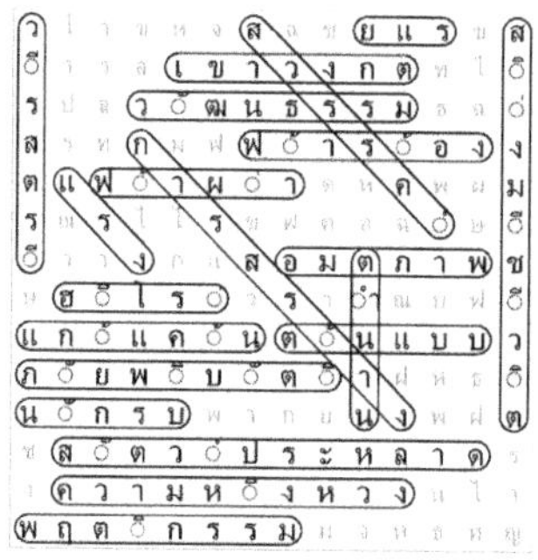

27 - Eten #1

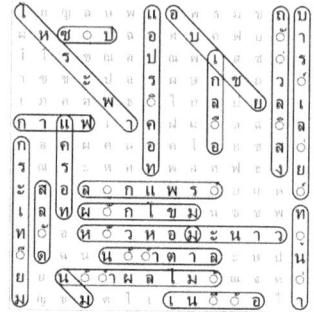

28 - Avontuur

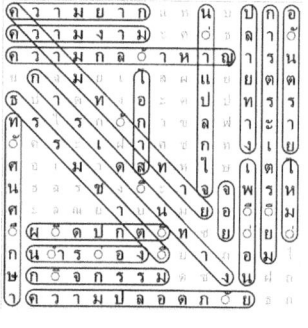

29 - Circus

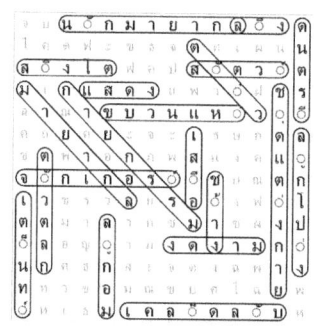

30 - Restaurant #2

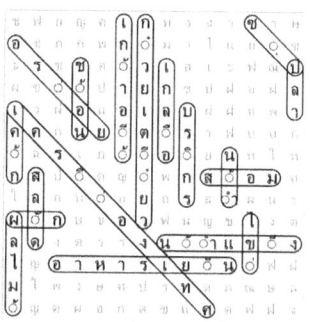

31 - Bijen

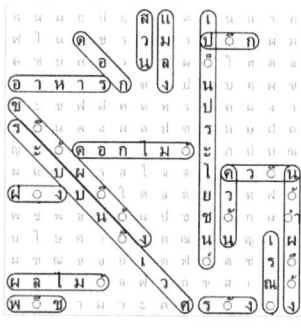

32 - School #1

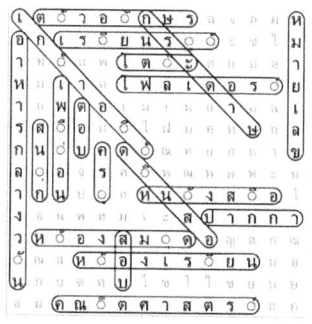

33 - Wandelen

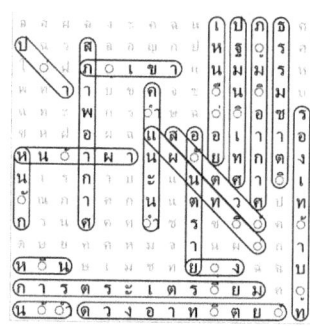

34 - Ecologie

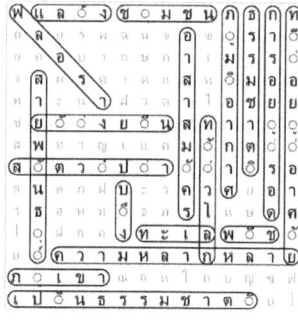

35 - Installaties

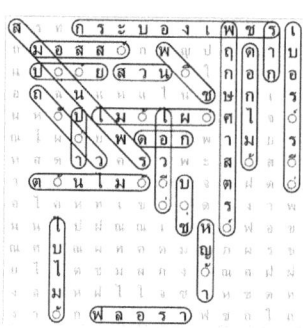

36 - School #2

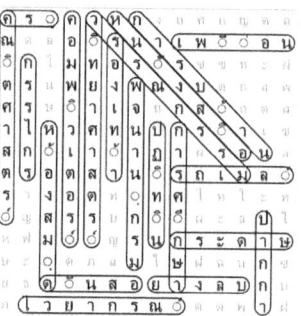

37 - Oceaan

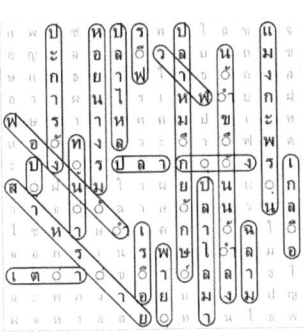

38 - Landen #2

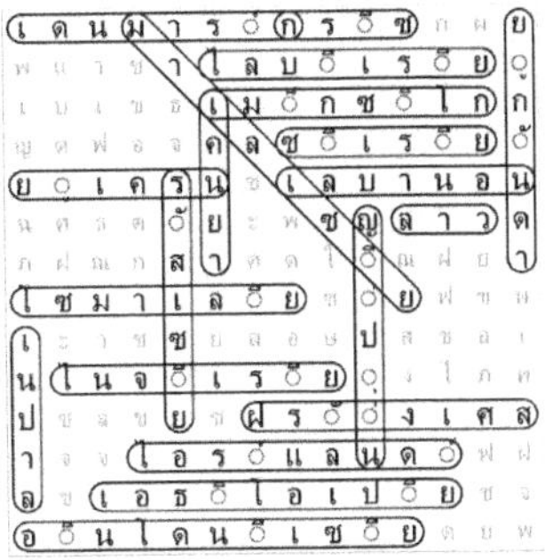

39 - Bloemen

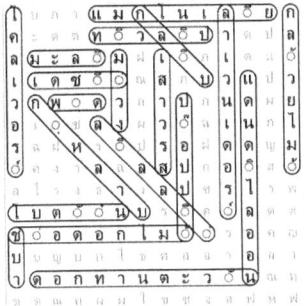

40 - Huisdieren

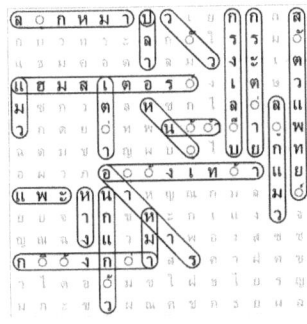

41 - Landschappen

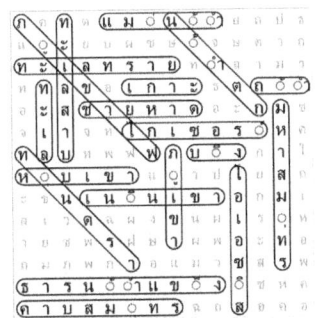

42 - Tuin

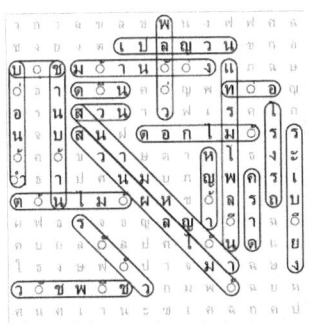

43 - Katten

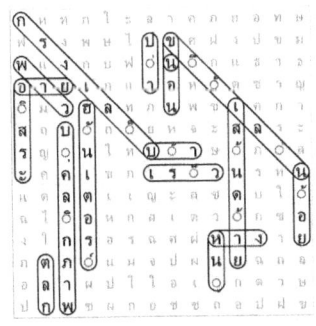

44 - Beroepen #2

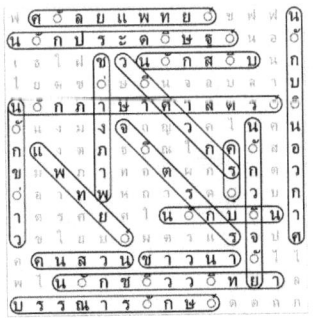

45 - Komedie

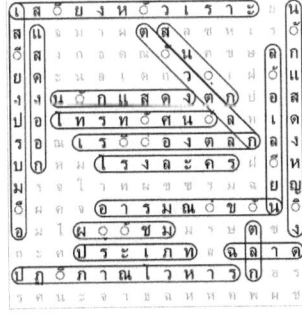

46 - Dagen en Maanden

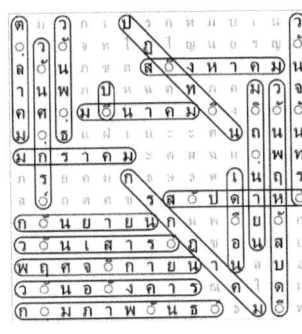

47 - Beeldende Kunsten

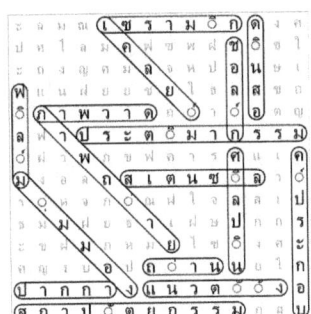

48 - Menselijk Lichaam

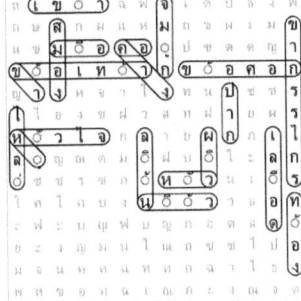

49 - Familie

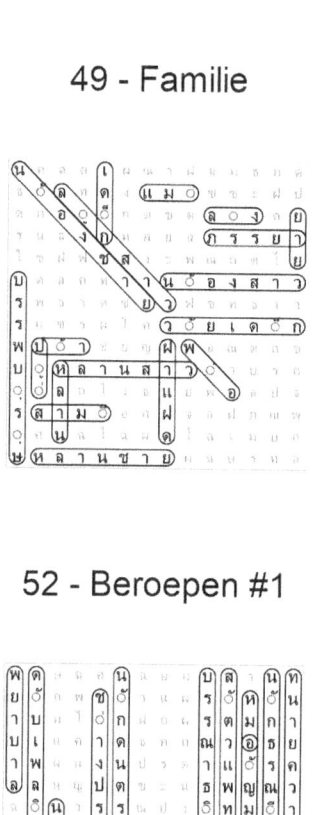

50 - Gebouwen

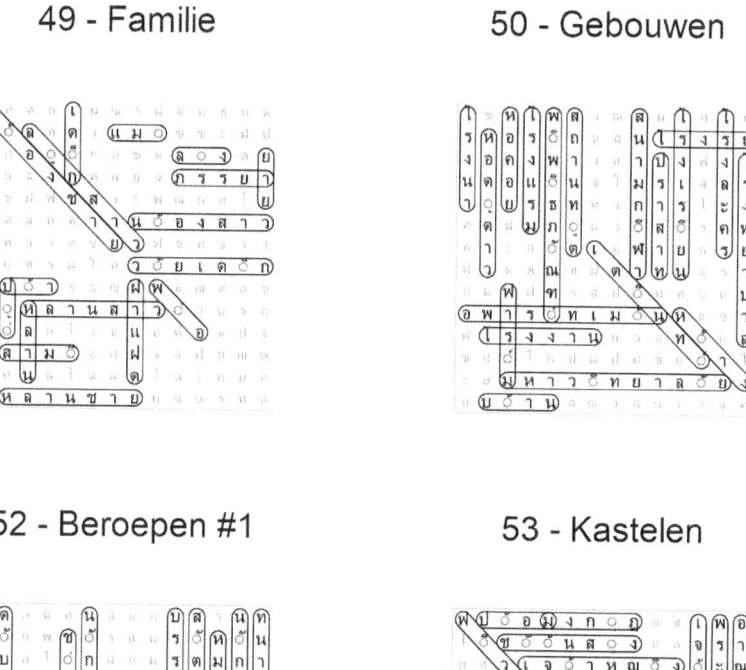

51 - Kunst

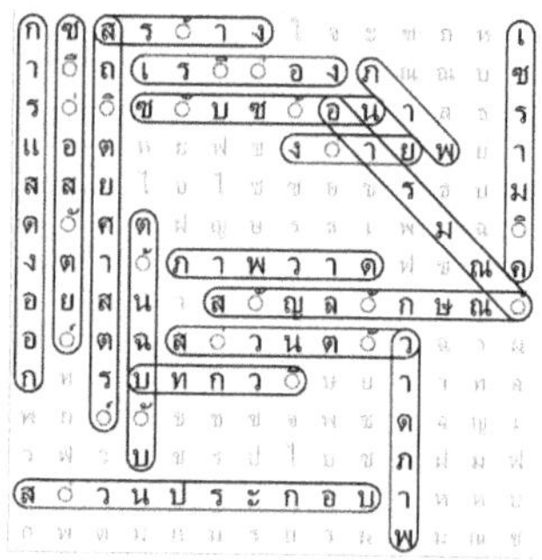

52 - Beroepen #1

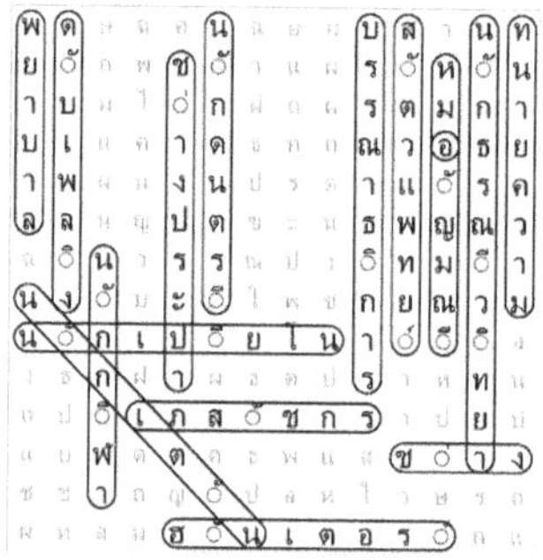

53 - Kastelen

54 - Insecten

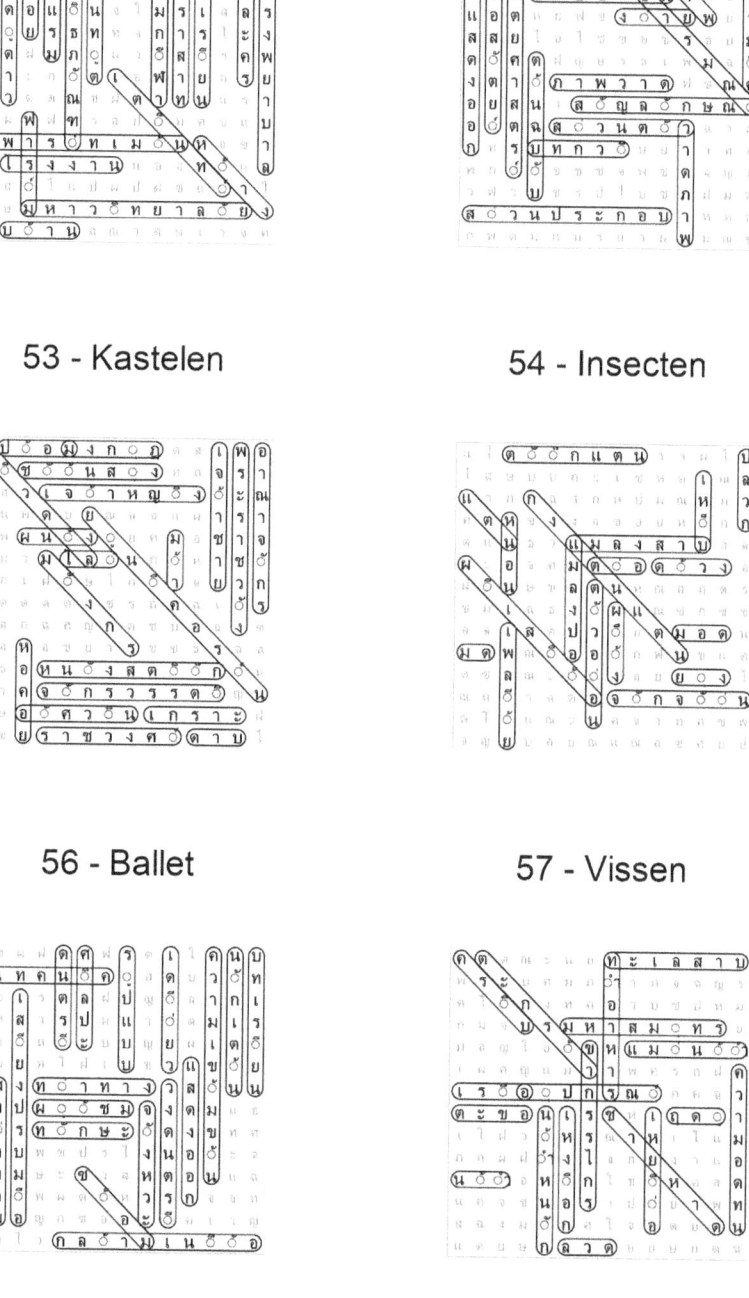

55 - Antarctica

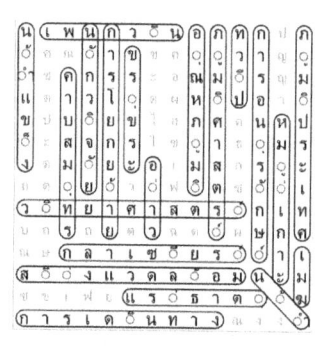

56 - Ballet

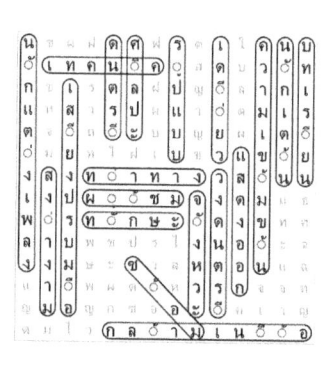

57 - Vissen

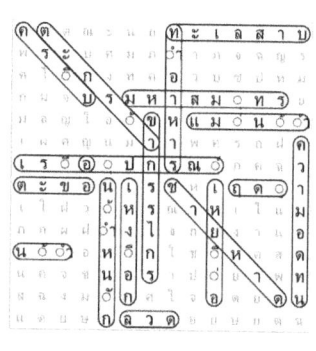

58 - Fruit

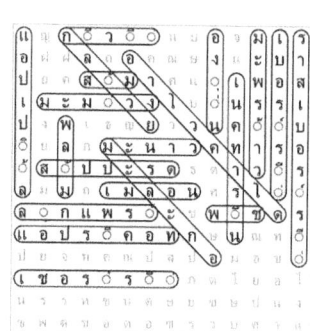

59 - Literatuur

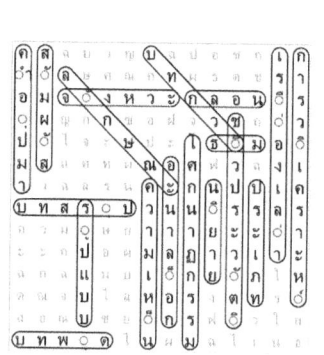

60 - Technologie

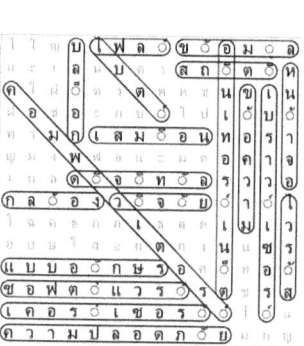

61 - Boeken

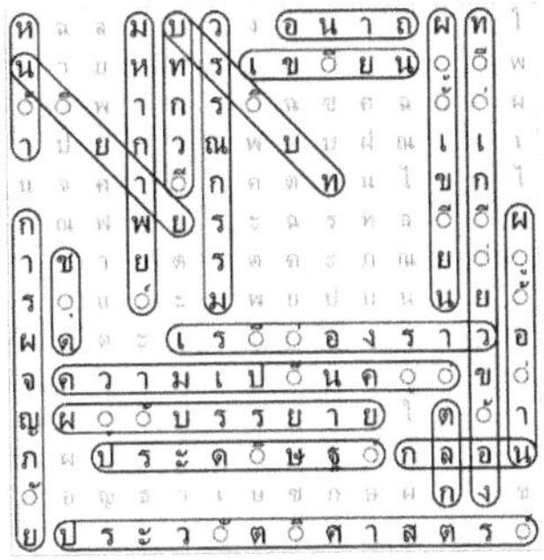

62 - Meer Informatie

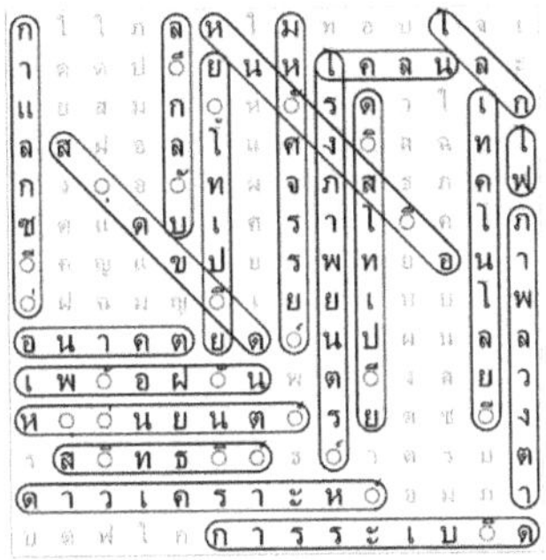

63 - Regenwoud

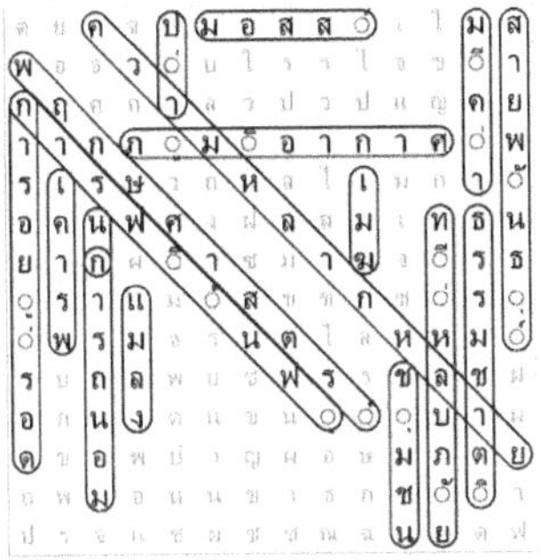

64 - Haartypes

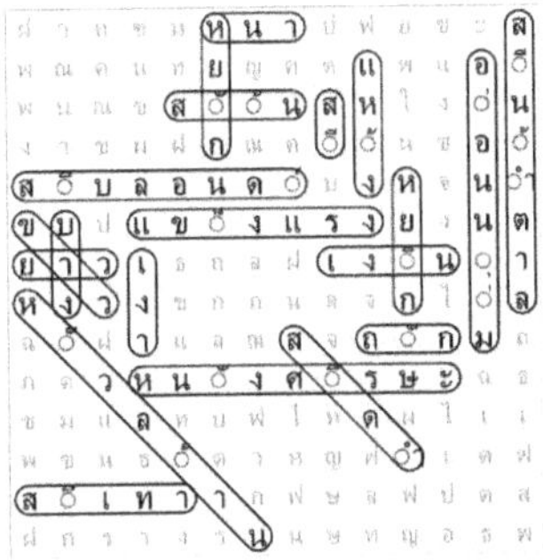

65 - Stad

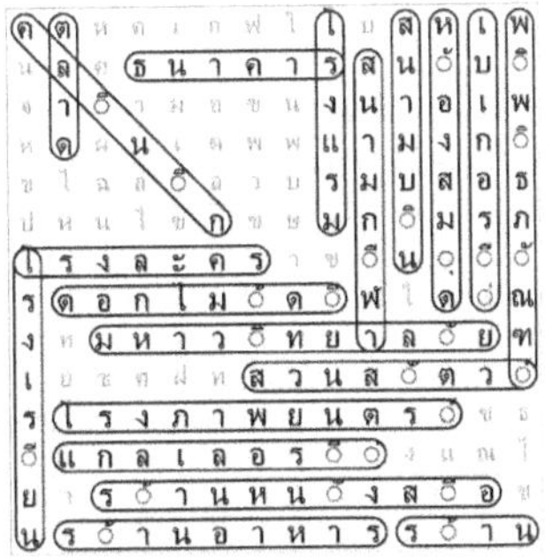

66 - Natuur

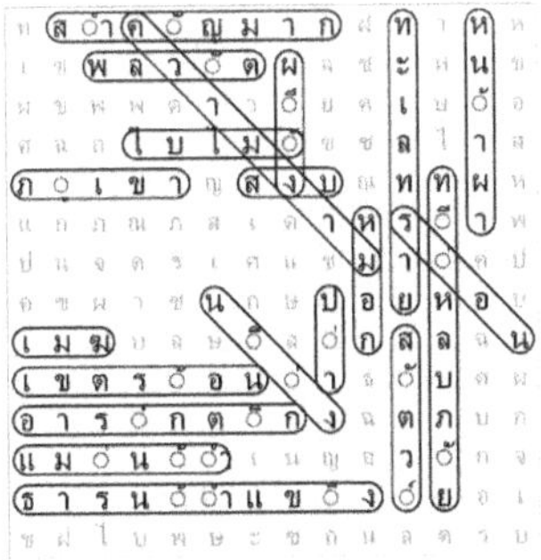

67 - Dinosaurussen

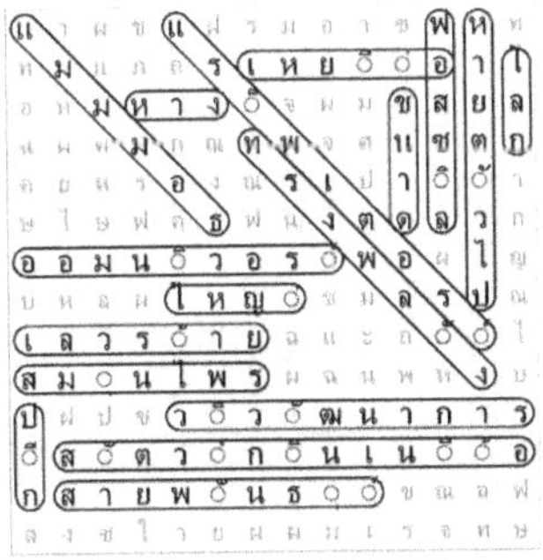

68 - Zoogdieren

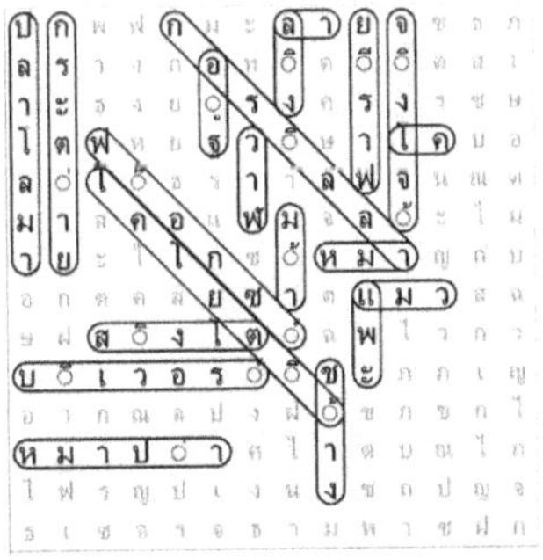

69 - 1 Jaar Geleden

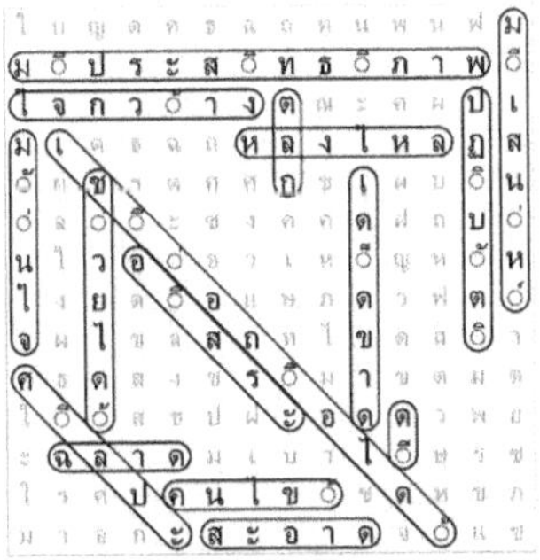

70 - Kampioenschap

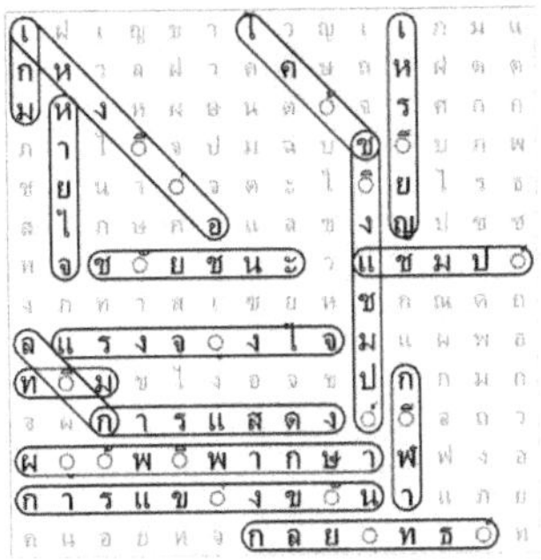

71 - Exploratie

72 - Voertuigen

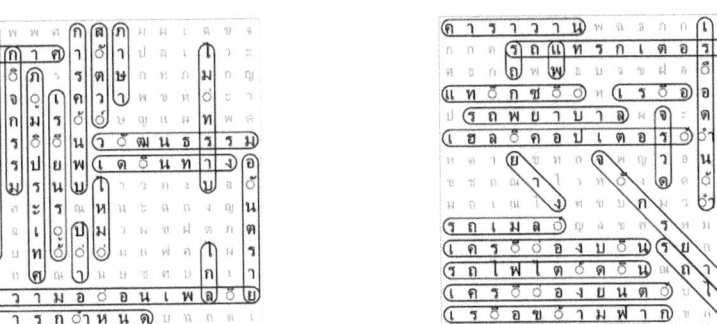

73 - Geografie

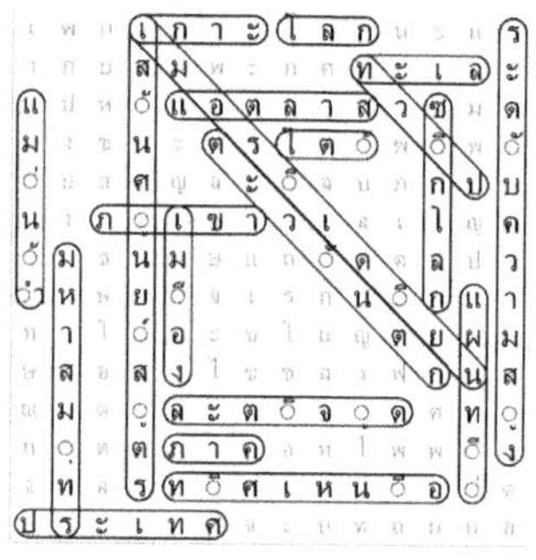

74 - Kunstbenodigdhe

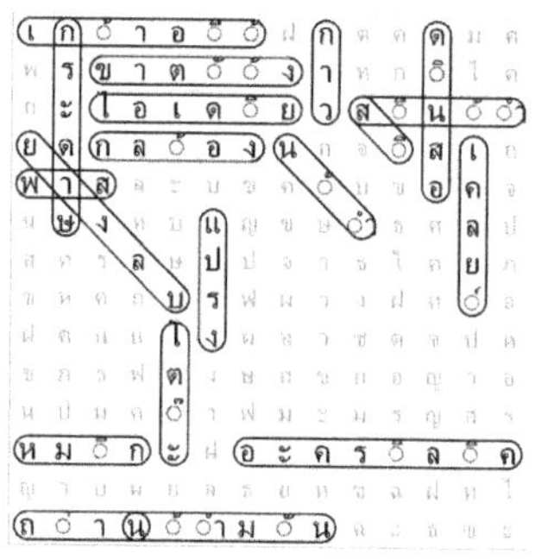

75 - Barbecues

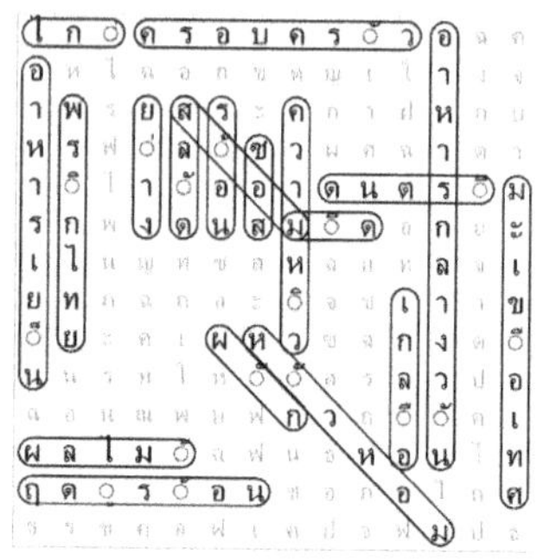

76 - Wetenschappelijk

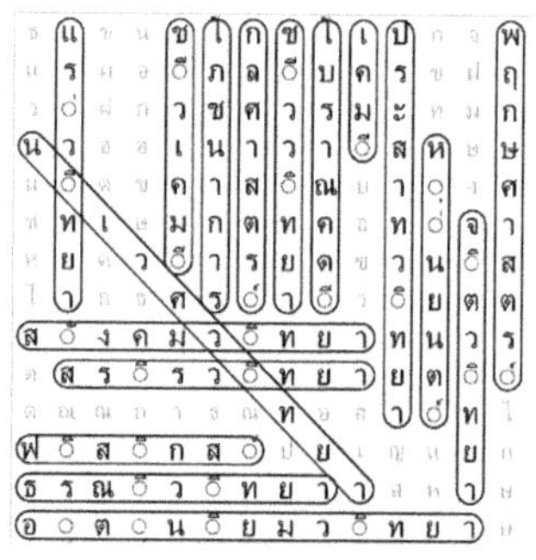

77 - Bijvoeglijke Naamwoorden

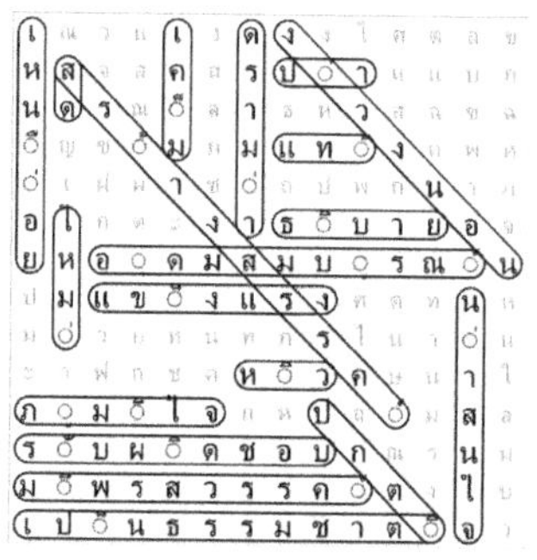

78 - Kleding

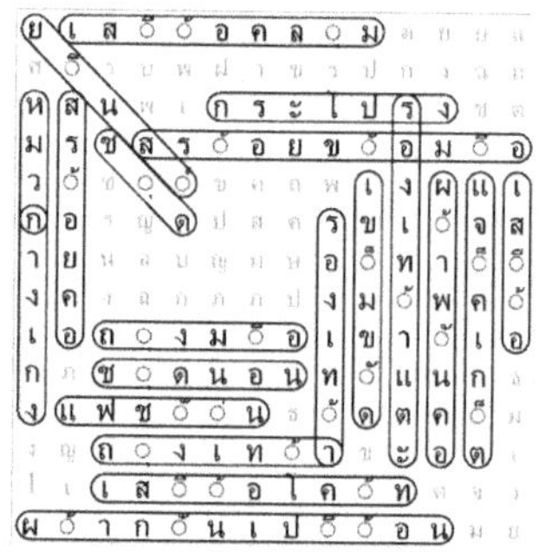

79 - Vliegtuigen

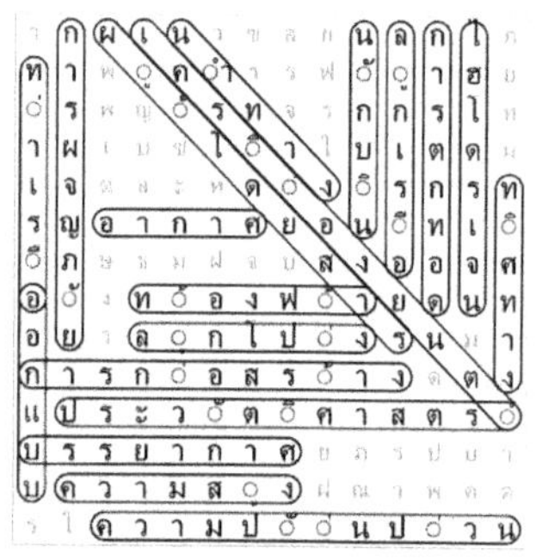

80 - Herbalisme

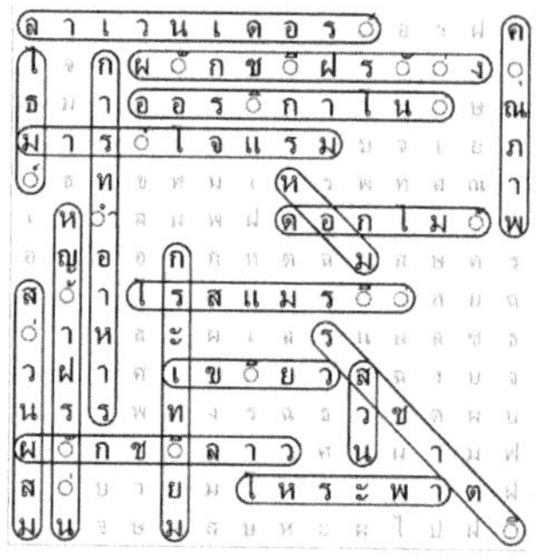

81 - Meubels

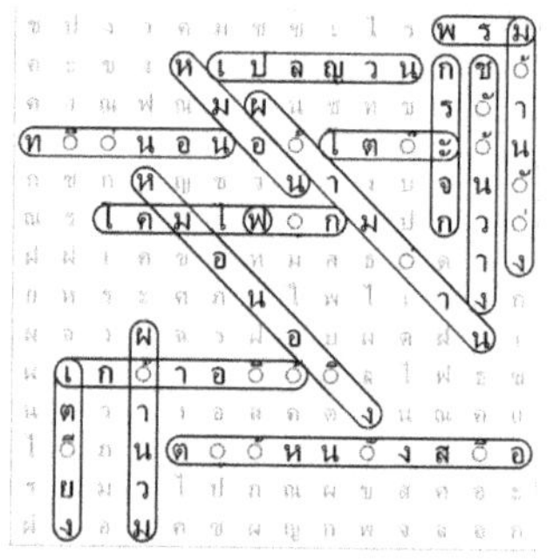

82 - Piraten

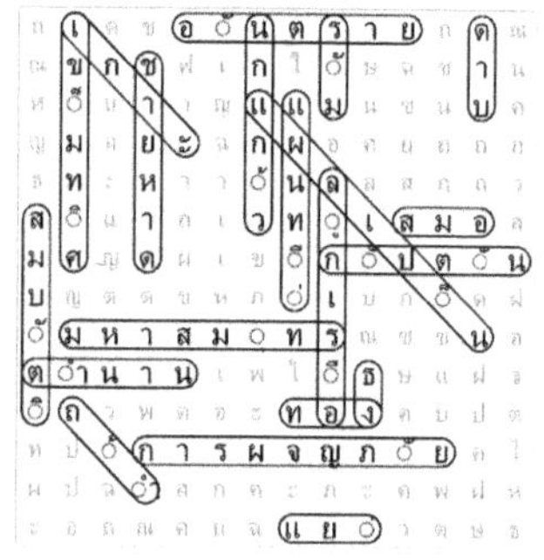

83 - Om in te Vullen

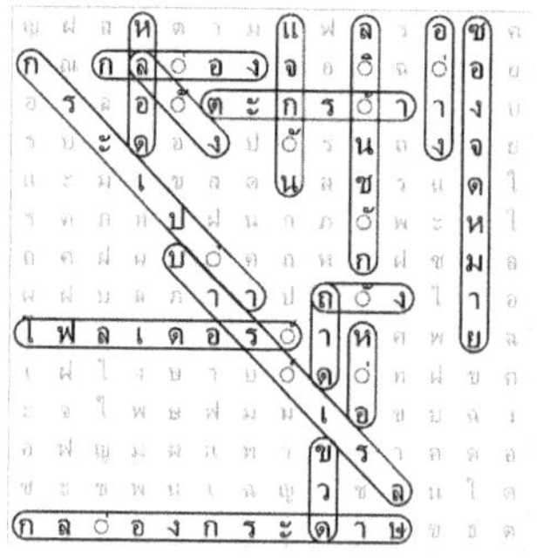

84 - Surfen

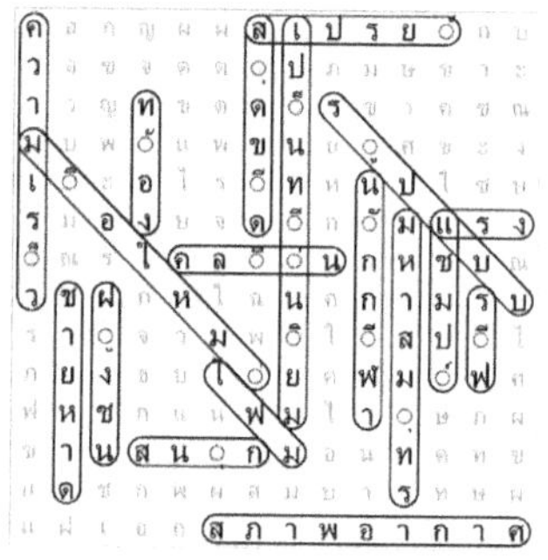

85 - Rijden

86 - Wetenschap

87 - Herfst

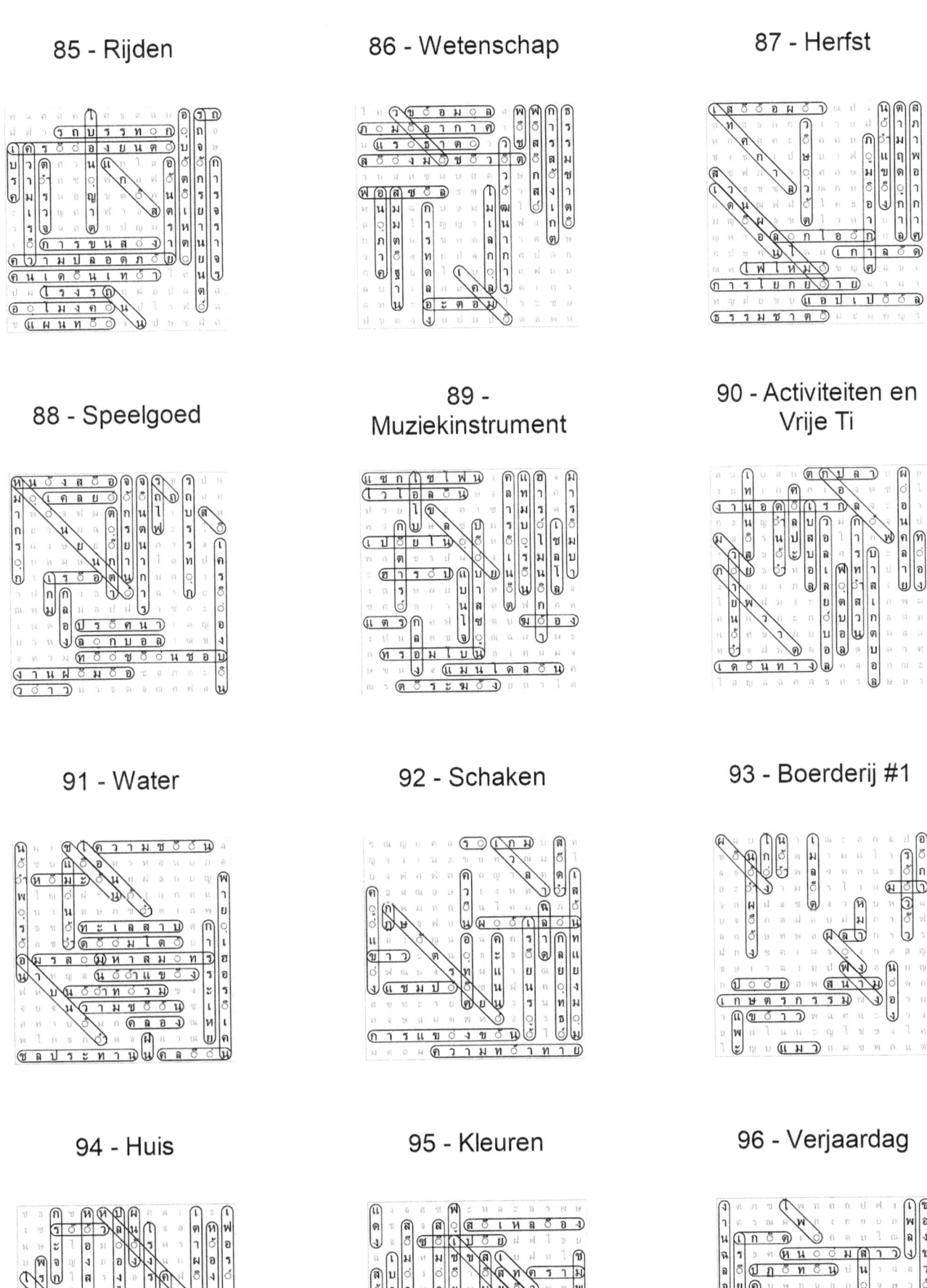

88 - Speelgoed

89 - Muziekinstrument

90 - Activiteiten en Vrije Ti

91 - Water

92 - Schaken

93 - Boerderij #1

94 - Huis

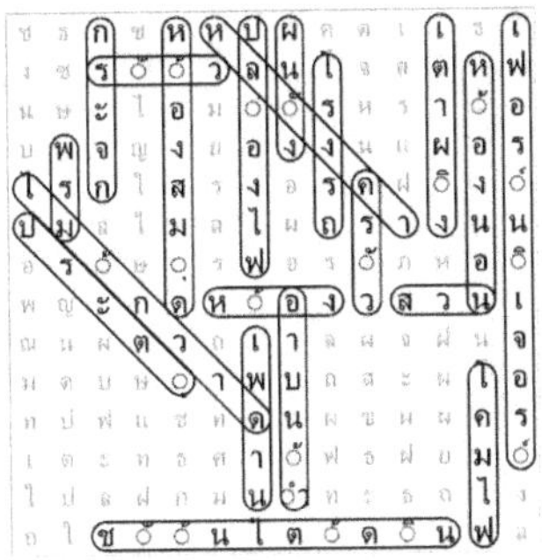

95 - Kleuren

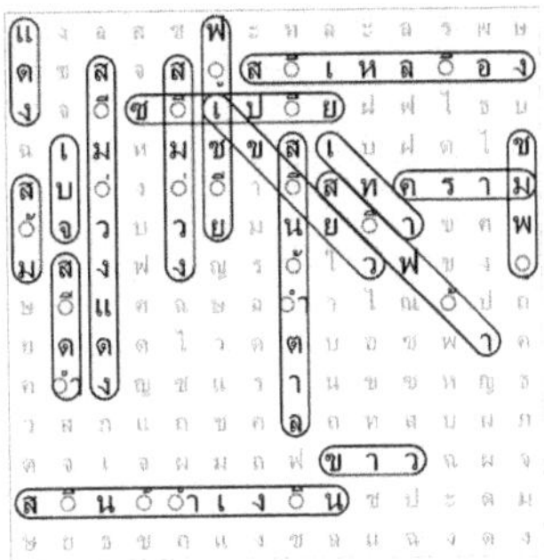

96 - Verjaardag

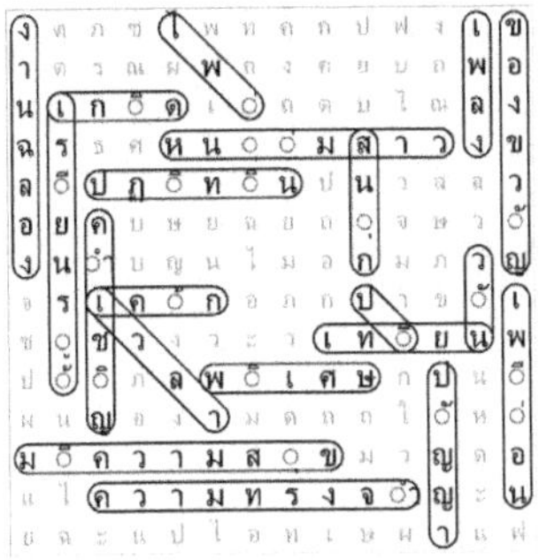

97 - Getallen

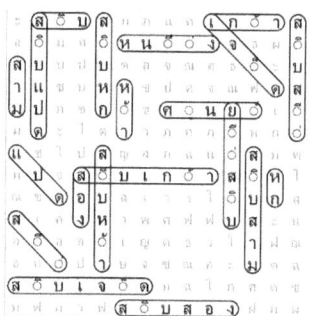

98 - Boerderij #2

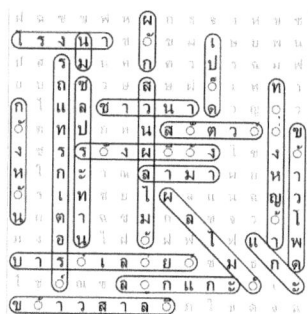

99 - Voeding

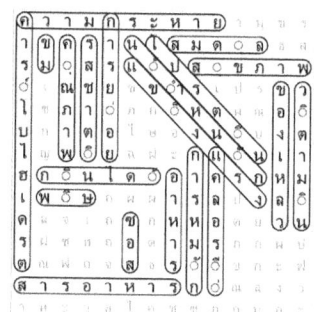

Woordenboek

1 Jaar Geleden
คุณธรรม #1

Artistiek	ศิลปะ
Behulpzaam	ช่วยได้
Beslissend	เด็ดขาด
Betrouwbaar	เชื่อถือได้
Charmant	มีเสน่ห์
Efficiënt	มีประสิทธิภาพ
Gepassioneerd	หลงใหล
Goed	ดี
Grappig	ตลก
Gul	ใจกว้าง
Onafhankelijk	อิสระ
Patiënt	คนไข้
Praktisch	ปฏิบัติ
Schoon	สะอาด
Wijs	ฉลาด
Zelfverzekerd	มั่นใจ

Activiteiten
กิจกรรมต่างๆ

Activiteit	กิจกรรม
Ambachten	งานฝีมือ
Breien	ถัก
Fotografie	การถ่ายภาพ
Games	เกม
Hengelsport	ตกปลา
Jacht	ล่าสัตว์
Keramiek	เซรามิก
Kunst	ศิลปะ
Lezen	การอ่าน
Magie	มายากล
Naaien	การเย็บ
Ontspanning	ผ่อนคลาย
Plezier	ยินดี
Puzzels	ปริศนา
Schilderij	ภาพวาด
Tuinieren	การทำสวน
Vaardigheid	ทักษะ
Vrije Tijd	เวลาว่าง

Activiteiten en Vrije Ti
กิจกรรมและสันทนาการ

Basketbal	บาสเกตบอล
Boksen	มวย
Duiken	ดำน้ำ
Golf	กอล์ฟ
Hengelsport	ตกปลา
Hobby	งานอดิเรก
Honkbal	เบสบอล
Kunst	ศิลปะ
Ontspannen	ผ่อนคลาย
Reis	เดินทาง
Schilderij	ภาพวาด
Surfen	ท่อง
Tennis	เทนนิส
Tuinieren	การทำสวน
Voetbal	ฟุตบอล
Volleybal	วอลเลย์บอล
Zwemmen	ว่ายน้ำ

Antarctica
ทวีปแอนตาร์กติกา

Baai	อ่าว
Behoud	การอนุรักษ์
Continent	ทวีป
Eilanden	หมู่เกาะ
Expeditie	การเดินทาง
Geografie	ภูมิศาสตร์
Gletsjers	กลาเซียร์
Ijs	น้ำแข็ง
Migratie	การโยกย้าย
Mineralen	แร่ธาตุ
Omgeving	สิ่งแวดล้อม
Onderzoeker	นักวิจัย
Pinguïn	เพนกวิน
Rotsachtig	ขรุขระ
Schiereiland	คาบสมุทร
Temperatuur	อุณหภูมิ
Topografie	ภูมิประเทศ
Water	น้ำ
Wetenschappelijk	วิทยาศาสตร์
Wolken	เมฆ

Astronomie
ดาราศาสตร์

Aarde	โลก
Astronaut	นักบินอวกาศ
Astronoom	นักดาราศาสตร์
Dierenriem	จักรราศี
Equinox	วิษุวัต
Hemel	ท้องฟ้า
Komeet	ดาวหาง
Maan	ดวงจันทร์
Meteoor	ดาวตก
Nevel	เนบิวลา
Observatorium	หอดูดาว
Planeet	ดาวเคราะห์
Raket	จรวด
Satelliet	ดาวเทียม
Ster	ดาว
Sterrenbeeld	กลุ่มดาว
Straling	รังสี
Universum	จักรวาล
Verduistering	คราส
Zwaartekracht	แรงโน้มถ่วง

Avontuur
การผจญภัย

Activiteit	กิจกรรม
Bestemming	ปลายทาง
Excursie	ทัศนศึกษา
Gevaarlijk	อันตราย
Kans	โอกาส
Moed	ความกล้าหาญ
Moeilijkheid	ความยาก
Natuur	ธรรมชาติ
Navigatie	นำร่อง
Nieuw	ใหม่
Ongewoon	ผิดปกติ
Reizen	การเดินทาง
Schoonheid	ความงาม
Uitdagingen	ความท้าทาย
Veiligheid	ความปลอดภัย
Verrassend	น่าแปลกใจ
Voorbereiding	การตระเตรียม
Vreugde	จอย
Vrienden	เพื่อน

Ballet
บัลเล่ต์

Applaus	เสียงปรบมือ
Artistiek	ศิลปะ
Componist	นักแต่งเพลง
Dansers	นักเต้น
Expressief	แสดงออก
Gebaar	ท่าทาง
Intensiteit	ความเข้มข้น
Lessen	บทเรียน
Muziek	ดนตรี
Orkest	วงดนตรี
Publiek	ผู้ชม
Repetitie	ซ้อม
Ritme	จังหวะ
Sierlijk	สง่างาม
Solo	เดี่ยว
Spieren	กล้ามเนื้อ
Stijl	รูปแบบ
Techniek	เทคนิค
Vaardigheid	ทักษะ

Barbecues
บาร์บีคิว

Diner	อาหารเย็น
Familie	ครอบครัว
Fruit	ผลไม้
Grill	ย่าง
Groente	ผัก
Heet	ร้อน
Honger	ความหิว
Kip	ไก่
Lunch	อาหารกลางวัน
Messen	มีด
Muziek	ดนตรี
Peper	พริกไทย
Salades	สลัด
Saus	ซอส
Tomaten	มะเขือเทศ
Uien	หัวหอม
Uitnodiging	การเชื้อเชิญ
Vorken	ส้อม
Zomer	ฤดูร้อน
Zout	เกลือ

Beeldende Kunsten
ทัศนศิลป์

Aardewerk	เครื่องดินเผา
Architectuur	สถาปัตยกรรม
Artiest	ศิลปิน
Beeldhouwwerk	ประติมากรรม
Film	ฟิล์ม
Foto	ภาพถ่าย
Houtskool	ถ่าน
Keramiek	เซรามิก
Klei	เคลย์
Krijt	ชอล์ก
Meesterwerk	ผลงานชิ้นเอก
Pen	ปากกา
Perspectief	มุมมอง
Portret	แนวตั้ง
Potlood	ดินสอ
Samenstelling	ค์ประกอบ
Schilderij	ภาพวาด
Stencil	สเตนซิล
Was	ขี้ผึ้ง

Behoud
อนุรักษ์

Chemicaliën	สารเคมี
Duurzaam	ยั่งยืน
Ecosysteem	ระบบนิเวศ
Fiets	รอบ
Gezondheid	สุขภาพ
Groen	เขียว
Habitat	ที่อยู่อาศัย
Klimaat	ภูมิอากาศ
Natuurlijk	เป็นธรรมชาติ
Onderwijs	การศึกษา
Organisch	อินทรีย์
Pesticide	แมลง
Recycleren	รีไซเคิล
Verminderen	ลด
Vervuiling	มลพิษ
Vrijwilliger	อาสาสมัคร
Water	น้ำ

Beroepen #1
วิชาชีพ #1

Advocaat	ทนายความ
Ambassadeur	เอกอัครราชทูต
Apotheker	เภสัชกร
Astronoom	นักดาราศาสตร์
Atleet	นักกีฬา
Bankier	นายธนาคาร
Brandweerman	ดับเพลิง
Danser	นักเต้น
Dierenarts	สัตวแพทย์
Dokter	หมอ
Editor	บรรณาธิการ
Geoloog	นักธรณีวิทยา
Jager	ฮันเตอร์
Juwelier	อัญมณี
Loodgieter	ช่างประปา
Monteur	ช่าง
Muzikant	นักดนตรี
Pianist	นักเปียโน
Psycholoog	นักจิตวิทยา
Verpleegster	พยาบาล

Beroepen #2
วิชาชีพ #2

Arts	แพทย์
Astronaut	นักบินอวกาศ
Bibliothecaris	บรรณารักษ์
Bioloog	นักชีววิทยา
Boer	ชาวนา
Chirurg	ศัลยแพทย์
Detective	นักสืบ
Filosoof	นักปรัชญา
Fotograaf	ช่างภาพ
Ingenieur	วิศวกร
Journalist	นักข่าว
Leraar	ครู
Linguïst	นักภาษาศาสตร์
Onderzoeker	นักวิจัย
Piloot	นักบิน
Schilder	จิตรกร
Tandarts	ทันตแพทย์
Tuinman	คนสวน
Uitvinder	นักประดิษฐ์
Zoöloog	นักสัตววิทยา

Bijen
ผึ้ง

Bijenkorf	รัง
Bloemen	ดอกไม้
Bloesem	ดอก
Diversiteit	ความหลากหลาย
Ecosysteem	ระบบนิเวศ
Fruit	ผลไม้
Habitat	ที่อยู่อาศัย
Honing	น้ำผึ้ง
Insect	แมลง
Koningin	ควีน
Planten	พืช
Rook	ควัน
Stuifmeel	เรณู
Tuin	สวน
Vleugels	ปีก
Voedsel	อาหาร
Voordelig	เป็นประโยชน์
Was	ขี้ผึ้ง
Zon	ดวงอาทิตย์
Zwerm	ฝูง

Bijvoeglijke Naamwoorden
คำคุณศัพท์ #1

Aantrekkelijk	มีเสน่ห์
Actief	คล่องแคล่ว
Ambitieus	ทะเยอทะยาน
Aromatisch	หอม
Artistiek	ศิลปะ
Belangrijk	สำคัญ
Diep	ลึก
Donker	มืด
Dun	บาง
Eerlijk	ซื่อสัตย์
Exotisch	แปลกใหม่
Identiek	เหมือนกัน
Jong	หนุ่มสาว
Lang	ยาว
Langzaam	ช้า
Modern	ทันสมัย
Onschuldig	ผู้บริสุทธิ์
Perfect	สมบูรณ์
Waardevol	มีค่า
Zwaar	หนัก

Bijvoeglijke Naamwoorden
คำคุณศัพท์ #2

Authentiek	แท้
Begaafd	มีพรสวรรค์
Beschrijvend	ธิบาย
Creatief	สร้างสรรค์
Dramatisch	ดราม่า
Gezond	แข็งแรง
Hongerig	หิว
Interessant	น่าสนใจ
Moe	เหนื่อย
Natuurlijk	เป็นธรรมชาติ
Nieuw	ใหม่
Normaal	ปกติ
Productief	อุดมสมบูรณ์
Slaperig	ง่วงนอน
Trots	ภูมิใจ
Verantwoordelijk	รับผิดชอบ
Vers	สด
Wild	ป่า
Zout	เค็ม
Zuiver	บริสุทธิ์

Bloemen
ดอกไม้

Bloemblad	กลีบ
Boeket	ช่อดอกไม้
Gardenia	พุด
Hibiscus	ชบา
Jasmijn	มะลิ
Klaver	โคลเวอร์
Lavendel	ลาเวนเดอร์
Lelie	ลิลลี่
Lila	ม่วง
Madeliefje	เดซี่
Magnolia	แมกโนเลีย
Orchidee	กล้วยไม้
Paardebloem	แดนดิไลออน
Papaver	ป๊อปปี้
Passiebloem	เสาวรส
Pioenroos	โบตั๋น
Roos	กุหลาบ
Tulp	ทิวลิป
Zonnebloem	ดอกทานตะวัน

Boeken
หนังสือ

Auteur	ผู้เขียน
Avontuur	การผจญภัย
Bladzijde	หน้า
Collectie	ชุด
Context	บริบท
Dualiteit	ความเป็นคู่
Episch	มหากาพย์
Gedicht	กลอน
Geschreven	เขียน
Historisch	ประวัติศาสตร์
Humoristisch	ตลก
Inventief	ประดิษฐ์
Lezer	ผู้อ่าน
Literair	วรรณกรรม
Poëzie	บทกวี
Relevant	ที่เกี่ยวข้อง
Roman	นิยาย
Tragisch	อนาถ
Verhaal	เรื่องราว
Verteller	ผู้บรรยาย

Boerderij #1
ฟาร์ม #1

Bij	ผึ้ง
Ezel	ลา
Geit	แพะ
Hek	รั้ว
Hond	หมา
Honing	น้ำผึ้ง
Hooi	ฟาง
Kalf	น่อง
Kat	แมว
Kip	ไก่
Koe	วัว
Kraai	อีกา
Kudde	ฝูง
Landbouw	เกษตรกรรม
Mest	ปุ๋ย
Paard	ม้า
Rijst	ข้าว
Veld	สนาม
Water	น้ำ
Zaden	เมล็ด

Boerderij #2
ฟาร์ม #2

Bijenkorf	รังผึ้ง
Boer	ชาวนา
Boomgaard	สวนผลไม้
Dieren	สัตว์
Eend	เป็ด
Fruit	ผลไม้
Gerst	บาร์เล่ย์
Groente	ผัก
Herder	คนเลี้ยงแกะ
Irrigatie	ชลประทาน
Lam	ลูกแกะ
Lama	ลามา
Maïs	ข้าวโพด
Melk	นม
Schaap	แกะ
Schuur	โรงนา
Tarwe	ข้าวสาลี
Tractor	รถแทรกเตอร์
Weide	ทุ่งหญ้า
Windmolen	กังหัน

Boten
เรือ

Anker	สมอ
Bemanning	ลูกเรือ
Boei	ทุ่น
Dok	ท่าเรือ
Golven	คลื่น
Jacht	เรือยอชท์
Kajak	คายัค
Kano	แคนู
Mast	เสา
Matroos	กะลาสี
Meer	ทะเลสาบ
Motor	เครื่องยนต์
Oceaan	มหาสมุทร
Reddingsboot	เรือชูชีพ
Rivier	แม่น้ำ
Touw	เชือก
Veerboot	เรือข้ามฟาก
Vlot	แพ
Zee	ทะเล
Zeilboot	เรือใบ

Camping
ค่ายพักแรม

Avontuur	การผจญภัย
Berg	ภูเขา
Bomen	ต้นไม้
Bos	ป่า
Brand	ไฟ
Cabine	ห้าง
Dieren	สัตว์
Hangmat	เปลญวน
Hoed	หมวก
Insect	แมลง
Jacht	ล่าสัตว์
Kaart	แผนที่
Kano	แคนู
Kompas	เข็มทิศ
Maan	ดวงจันทร์
Meer	ทะเลสาบ
Natuur	ธรรมชาติ
Tent	เต็นท์
Touw	เชือก
Verhalen	เรื่องราว

Chocolade
ช็อกโกแลต

Aroma	กลิ่นหอม
Artisanaal	ช่างฝีมือ
Bitter	ขม
Cacao	โกโก้
Calorieën	แคลอรี่
Eten	กิน
Exotisch	แปลกใหม่
Favoriet	ที่ชื่นชอบ
Heerlijk	อร่อย
Ingrediënt	ส่วนผสม
Karamel	คาราเมล
Kokosnoot	มะพร้าว
Kwaliteit	คุณภาพ
Pinda'S	ถั่ว
Poeder	ผง
Recept	สูตรอาหาร
Smaak	รส
Snoep	ลูกอม
Suiker	น้ำตาล
Zoet	หวาน

Circus
ละครสัตว์

Aap	ลิง
Acrobaat	กายกรรม
Ballonnen	ลูกโป่ง
Clown	ตัวตลก
Dieren	สัตว์
Goochelaar	นักมายากล
Jongleur	จักเกอร์
Kaartje	ตั๋ว
Kostuum	ชุดแต่งกาย
Laat	แสดง
Leeuw	สิงโต
Magie	มายากล
Muziek	ดนตรี
Olifant	ช้าง
Parade	ขบวนแห่
Snoep	ลูกอม
Spectaculair	งดงาม
Tent	เต็นท์
Tijger	เสือ
Truc	เคล็ดลับ

Dagen en Maanden
วันและเดือน

Augustus	สิงหาคม
Dinsdag	วันอังคาร
Donderdag	วันพฤหัสบดี
Februari	กุมภาพันธ์
Jaar	ปี
Januari	มกราคม
Juli	กรกฎาคม
Juni	มิถุนายน
Kalender	ปฏิทิน
Maand	เดือน
Maandag	วันจันทร์
Maart	มีนาคม
November	พฤศจิกายน
Oktober	ตุลาคม
September	กันยายน
Vrijdag	วันศุกร์
Week	สัปดาห์
Woensdag	วันพุธ
Zaterdag	วันเสาร์
Zondag	วันอาทิตย์

Dans
เต้นรำ

Beweging	การเคลื่อนไหว
Cultuur	วัฒนธรรม
Emotie	อารมณ์
Expressief	แสดงออก
Genade	เกรซ
Houding	ท่าทาง
Klassiek	คลาสสิก
Kunst	ศิลปะ
Lichaam	ร่างกาย
Muziek	ดนตรี
Partner	หุ้นส่วน
Repetitie	ซ้อม
Ritme	จังหวะ
Springen	กระโดด
Traditioneel	ดั้งเดิม
Visueel	ภาพ

Dinosaurussen
ไดโนเสาร์

Aarde	โลก
Carnivoor	สัตว์กินเนื้อ
Evolutie	วิวัฒนาการ
Fossielen	ฟอสซิล
Groot	ใหญ่
Grootte	ขนาด
Herbivoor	สมุนไพร
Krachtig	ทรงพลัง
Mammoet	แมมมอธ
Omnivoor	ออมนิวอร์
Prooi	เหยื่อ
Roofvogel	แร็พเตอร์
Soort	สายพันธุ์
Staart	หาง
Verdwijning	หายตัวไป
Vicieuze	เลวร้าย
Vleugels	ปีก

Ecologie
นิเวศวิทยา

Bergen	ภูเขา
Diversiteit	ความหลากหลาย
Droogte	แล้ง
Duurzaam	ยั่งยืน
Fauna	สัตว์ป่า
Flora	ฟลอรา
Gemeenschappen	ชุมชน
Globaal	ทั่วโลก
Habitat	ที่อยู่อาศัย
Klimaat	ภูมิอากาศ
Marinier	ทะเล
Moeras	บึง
Natuur	ธรรมชาติ
Natuurlijk	เป็นธรรมชาติ
Overleving	การอยู่รอด
Soort	สายพันธุ์
Vegetatie	พืช
Vrijwilligers	อาสาสมัคร

Emoties
อารมณ์ความรู้สึก

Angst	กลัว
Dankbaar	กตัญญู
Droefheid	ความเศร้า
Inhoud	เนื้อหา
Kalm	สงบ
Liefde	รัก
Ontspannen	ผ่อนคลาย
Opgewonden	ตื่นเต้น
Opluchting	การบรรเทา
Rust	ความสงบ
Tederheid	แผ่วๆ
Tevreden	พอใจ
Verrassing	เซอร์ไพรส์
Verveling	เบื่อ
Vrede	สันติภาพ
Vreugde	จอย
Vriendelijkheid	ความเมตตา
Woede	ความโกรธ

Eten #1
อาหาร #1

Abrikoos	แอปริคอท
Basilicum	โหระพา
Citroen	มะนาว
Gerst	บาร์เลย์
Kaneel	อบเชย
Knoflook	กระเทียม
Koffie	กาแฟ
Melk	นม
Peer	ลูกแพร์
Pinda	ถั่วลิสง
Salade	สลัด
Sap	น้ำผลไม้
Soep	ซุป
Spinazie	ผักโขม
Suiker	น้ำตาล
Tonijn	ทูน่า
Ui	หัวหอม
Vlees	เนื้อ
Wortel	แครอท
Zout	เกลือ

Eten #2
อาหาร #2

Amandel	อัลมอนด์
Ananas	สับปะรด
Appel	แอปเปิ้ล
Asperge	หน่อไม้ฝรั่ง
Aubergine	มะเขือ
Banaan	กล้วย
Broccoli	บรอกโคลี
Brood	ขนมปัง
Druif	องุ่น
Ei	ไข่
Ham	แฮม
Kaas	ชีส
Kip	ไก่
Kiwi	กีวี่
Perzik	พีช
Rijst	ข้าว
Tarwe	ข้าวสาลี
Tomaat	มะเขือเทศ
Vis	ปลา
Yoghurt	โยเกิร์ต

Exploratie
การสำรวจ

Activiteit	กิจกรรม
Bepaling	การกำหนด
Culturen	วัฒนธรรม
Dieren	สัตว์
Gevaren	อันตราย
Leren	เรียนรู้
Moed	ความกล้าหาญ
Nieuw	ใหม่
Onbekend	ไม่ทราบ
Ontdekking	การค้นพบ
Opwinding	ความตื่นเต้น
Reis	เดินทาง
Ruimte	อวกาศ
Taal	ภาษา
Terrein	ภูมิประเทศ
Uitputting	ความอ่อนเพลีย
Ver	ไกล
Wild	ป่า

Familie
ครอบครัว

Broer	น้องชาย
Dochter	ลูกสาว
Grootmoeder	ยาย
Jeugd	วัยเด็ก
Kind	เด็ก
Kleinkind	หลาน
Man	สามี
Moeder	แม่
Neef	หลานชาย
Nicht	หลานสาว
Oom	ลุง
Opa	ปู่
Tante	ป้า
Tweeling	ฝาแฝด
Vader	พ่อ
Voorouder	บรรพบุรุษ
Vrouw	ภรรยา
Zus	น้องสาว

Fruit
ผลไม้

Abrikoos	แอปริคอท
Ananas	สัปปะรด
Appel	แอปเปิ้ล
Avocado	อาโวคาโด
Banaan	กล้วย
Bes	เบอร์รี่
Citroen	มะนาว
Druif	องุ่น
Framboos	ราสเบอร์รี่
Kers	เชอร์รี่
Kiwi	กีวี่
Kokosnoot	มะพร้าว
Mango	มะม่วง
Meloen	เมลอน
Nectarine	เนคทารีน
Oranje	ส้ม
Papaja	มะละกอ
Peer	ลูกแพร์
Perzik	พีช
Pruim	พลัม

Gebouwen
สิ่งปลูกสร้าง

Ambassade	สถานทูต
Appartement	อพาร์ทเม้น
Bioscoop	โรงภาพยนตร์
Boerderij	ฟาร์ม
Cabine	ห้าง
Fabriek	โรงงาน
Garage	โรงรถ
Hotel	โรงแรม
Huis	บ้าน
Kasteel	ปราสาท
Museum	พิพิธภัณฑ์
Observatorium	หอดูดาว
School	โรงเรียน
Schuur	โรงนา
Stadion	สนามกีฬา
Tent	เต็นท์
Theater	โรงละคร
Toren	หอคอย
Universiteit	มหาวิทยาลัย
Ziekenhuis	โรงพยาบาล

Geografie
ภูมิศาสตร์

Atlas	แอตลาส
Berg	ภูเขา
Breedtegraad	ละติจูด
Continent	ทวีป
Eiland	เกาะ
Evenaar	เส้นศูนย์สูตร
Halfrond	ซีกโลก
Hoogte	ระดับความสูง
Kaart	แผนที่
Land	ประเทศ
Meridiaan	เมอริเดียน
Noorden	ทิศเหนือ
Oceaan	มหาสมุทร
Regio	ภาค
Rivier	แม่น้ำ
Stad	เมือง
Wereld	โลก
Westen	ตะวันตก
Zee	ทะเล
Zuiden	ใต้

Geologie
ธรณีวิทยา

Aardbeving	แผ่นดินไหว
Calcium	แคลเซียม
Continent	ทวีป
Erosie	ร่อน
Fossiel	ฟอสซิล
Geiser	ไกเซอร์
Gesmolten	เหลว
Grot	ถ้ำ
Koraal	ปะการัง
Kristallen	คริสตัล
Kwarts	ควอทซ์
Laag	ชั้น
Lava	ลาวา
Plateau	ที่ราบสูง
Stalactiet	หินย้อย
Steen	หิน
Vulkaan	ภูเขาไฟ
Zone	โซน
Zout	เกลือ
Zuur	กรด

Getallen
ตัวเลข

Acht	แปด
Achttien	สิบแปด
Dertien	สิบสาม
Drie	สาม
Een	หนึ่ง
Negen	เก้า
Negentien	สิบเก้า
Nul	ศูนย์
Tien	สิบ
Twaalf	สิบสอง
Twee	สอง
Twintig	ยี่สิบ
Veertien	สิบสี่
Vier	สี่
Vijf	ห้า
Vijftien	สิบห้า
Zes	หก
Zestien	สิบหก
Zeven	เจ็ด
Zeventien	สิบเจ็ด

Groenten
ผักสด

Artisjok	อาติโช๊ค
Aubergine	มะเขือ
Broccoli	บรอกโคลี
Erwt	ถั่ว
Gember	ขิง
Knoflook	กระเทียม
Komkommer	แตงกวา
Olijf	มะกอก
Paddestoel	เห็ด
Peterselie	ผักชีฝรั่ง
Pompoen	ฟักทอง
Raap	หัวผักกาด
Radijs	หัวไชเท้า
Salade	สลัด
Selderij	ขึ้นฉ่าย
Sjalot	หอม
Spinazie	ผักโขม
Tomaat	มะเขือเทศ
Ui	หัวหอม
Wortel	แครอท

Haartypes
ประเภทผม

Blond	สีบลอนด์
Bruin	สีน้ำตาล
Dik	หนา
Droog	แห้ง
Dun	บาง
Gekleurd	สี
Gevlochten	ถัก
Gezond	แข็งแรง
Glimmend	เงา
Golvend	หยัก
Grijs	สีเทา
Hoofdhuid	หนังศีรษะ
Kaal	หัวล้าน
Kort	สั้น
Krullend	หยิก
Lang	ยาว
Wit	ขาว
Zacht	อ่อนนุ่ม
Zilver	เงิน
Zwart	สีดำ

Herbalisme
ยาสมุนไพร

Aromatisch	หอม
Basilicum	โหระพา
Bloem	ดอกไม้
Culinair	การทำอาหาร
Dille	ผักชีลาว
Dragon	ทาร์รากอน
Groen	เขียว
Ingrediënt	ส่วนผสม
Knoflook	กระเทียม
Kwaliteit	คุณภาพ
Lavendel	ลาเวนเดอร์
Marjolein	มาร์โจแรม
Oregano	ออริกาโน่
Peterselie	ผักชีฝรั่ง
Rozemarijn	โรสแมรี่
Saffraan	หญ้าฝรั่น
Smaak	รสชาติ
Tijm	ไธม์
Tuin	สวน
Venkel	เม็ดยี่หร่า

Herfst
ฤดูใบไม้ร่วง

Appels	แอปเปิ้ล
Boomgaard	สวนผลไม้
Branden	ไฟไหม้
Eikel	ลูกโอ๊ก
Equinox	วิษุวัต
Festival	เทศกาล
Kastanjes	เกาลัด
Kleding	เสื้อผ้า
Klimaat	ภูมิอากาศ
Maanden	เดือน
Migratie	การโยกย้าย
Natuur	ธรรมชาติ
Seizoensgebonden	ตามฤดูกาล
Vorst	น้ำแข็ง
Weer	สภาพอากาศ

Huis
บ้าน

Bezem	ไม้กวาด
Bibliotheek	ห้องสมุด
Dak	หลังคา
Deur	ประตู
Douche	อาบน้ำ
Garage	โรงรถ
Haard	เตาผิง
Hek	รั้ว
Kamer	ห้อง
Kelder	ชั้นใต้ดิน
Keuken	ครัว
Lamp	โคมไฟ
Meubilair	เฟอร์นิเจอร์
Muur	ผนัง
Plafond	เพดาน
Schoorsteen	ปล่องไฟ
Slaapkamer	ห้องนอน
Spiegel	กระจก
Tapijt	พรม
Tuin	สวน

Huisdieren
สัตว์เลี้ยง

Dierenarts	สัตวแพทย์
Geit	แพะ
Hagedis	กิ้งก่า
Hamster	แฮมสเตอร์
Hond	หมา
Kat	แมว
Katje	ลูกแมว
Klauwen	กรงเล็บ
Koe	วัว
Konijn	กระต่าย
Kraag	ป
Muis	หนู
Papegaai	นกแก้ว
Poten	อุ้งเท้า
Puppy	ลูกหมา
Schildpad	เต่า
Staart	หาง
Vis	ปลา
Voedsel	อาหาร
Water	น้ำ

Insecten
แมลง

Bidsprinkhaan	กงแตนแตน
Bij	ผึ้ง
Bladluis	เพลี้ย
Cicade	จักจั่น
Horzel	แตน
Kakkerlak	แมลงสาบ
Kever	ด้วง
Larve	ตัวอ่อน
Libel	แมลงปอ
Mier	มด
Mot	มอด
Mug	ยุง
Sprinkhaan	ตั๊กแตน
Termiet	ปลวก
Vlinder	ผีเสื้อ
Vlo	เห็บ
Wesp	ต่อ
Worm	หนอน

Installaties
พืช

Bamboe	ไม้ไผ่
Bes	เบอร์รี่
Bloem	ดอกไม้
Bloesem	ดอก
Boom	ต้นไม้
Boon	ถั่ว
Bos	ป่า
Cactus	กระบองเพชร
Flora	ฟลอรา
Gebladerte	ใบไม้
Gras	หญ้า
Klimop	ไอวี่
Kruid	สมุนไพร
Mest	ปุ๋ย
Mos	มอสส์
Plantkunde	พฤกษศาสตร์
Struik	บุช
Tuin	สวน
Vegetatie	พืช
Wortel	ราก

Kampioenschap
การแข่งขันชิงแชมป์

Ademen	หายใจ
Games	เกม
Kampioen	แชมป์
Kampioenschap	ชิงแชมป์
Liga	ลีก
Medaille	เหรียญ
Motivatie	แรงจูงใจ
Prestatie	การแสดง
Rechter	ผู้พิพากษา
Sport	กีฬา
Strategie	กลยุทธ์
Team	ทีม
Toernooi	การแข่งขัน
Trainer	โค้ช
Transpiratie	เหงื่อ
Zege	ชัยชนะ

Kastelen
ปราสาท

Draak	มังกร
Dynastie	ราชวงศ์
Edele	ชั้นสูง
Eenhoorn	ยูนิคอร์น
Feodaal	ฟิวดัล
Fort	ป้อม
Harnas	เกราะ
Katapult	หนังสติ๊ก
Koninkrijk	อาณาจักร
Kroon	มงกุฎ
Muur	ผนัง
Paard	ม้า
Paleis	พระราชวัง
Prins	เจ้าชาย
Prinses	เจ้าหญิง
Ridder	อัศวิน
Rijk	จักรวรรดิ
Schild	โล่
Toren	หอคอย
Zwaard	ดาบ

Katten
แมว

Bont	ขน
Garen	เส้นด้าย
Gek	บ้า
Grappig	ตลก
Jager	ฮันเตอร์
Klauw	กรงเล็บ
Klein	น้อย
Muis	หนู
Onafhankelijk	อิสระ
Persoonlijkheid	บุคลิกภาพ
Poot	พาว
Slaap	นอน
Snel	เร็ว
Speels	ขี้เล่น
Staart	หาง
Verlegen	อาย
Wild	ป่า

Keuken
ห้องครัว

Cup	ถ้วย
Eetstokjes	ตะเกียบ
Eten	กิน
Grill	ย่าง
Ketel	กาต้มน้ำ
Koelkast	ตู้เย็น
Kom	ชาม
Kruik	เหยือก
Lepels	ช้อน
Messen	มีด
Oven	เตาอบ
Pollepel	ทัพพี
Recept	สูตรอาหาร
Schort	ผ้ากันเปื้อน
Servet	ผ้าเช็ดปาก
Specerijen	เครื่องเทศ
Spons	ฟองน้ำ
Voedsel	อาหาร
Vorken	ส้อม

Kleding
เสื้อผ้า

Armband	สร้อยข้อมือ
Broek	กางเกง
Handschoenen	ถุงมือ
Hoed	หมวก
Jas	เสื้อโค้ท
Jasje	แจ็คเก็ต
Jeans	ยีนส์
Jurk	ชุด
Ketting	สร้อยคอ
Mode	แฟชั่น
Pyjama	ชุดนอน
Riem	เข็มขัด
Rok	กระโปรง
Sandalen	รองเท้าแตะ
Schoen	รองเท้า
Schort	ผ้ากันเปื้อน
Shirt	เสื้อ
Sjaal	ผ้าพันคอ
Sokken	ถุงเท้า
Trui	เสื้อคลุม

Kleuren
สีสัน

Beige	เบจ
Blauw	สีน้ำเงิน
Bruin	สีน้ำตาล
Cyaan	สีฟ้า
Fuchsia	ฟูเชีย
Geel	สีเหลือง
Grijs	เทา
Groen	เขียว
Indigo	คราม
Magenta	สีม่วงแดง
Oranje	ส้ม
Paars	สีม่วง
Rood	แดง
Roze	ชมพู
Sepia	ซีเปีย
Wit	ขาว
Zwart	สีดำ

Klimmen
ปีนเขา

Atmosfeer	บรรยากาศ
Deskundige	ผู้เชี่ยวชาญ
Fysiek	ทางกายภาพ
Gidsen	คำแนะนำ
Grot	ถ้ำ
Handschoenen	ถุงมือ
Helm	หมวกนิรภัย
Hoogte	ระดับความสูง
Kaart	แผนที่
Kracht	แรง
Laarzen	รองเท้าบูท
Letsel	บาดเจ็บ
Nieuwsgierigheid	ความอยากรู้
Opleiding	การอบรม
Smal	แคบ
Stabiliteit	ความมั่นคง
Terrein	ภูมิประเทศ
Uitdagingen	ความท้าทาย

Komedie
ตลก

Acteur	นักแสดง
Actrice	นักแสดงหญิง
Applaus	เสียงปรบมือ
Clowns	ตัวตลก
Expressief	แสดงออก
Gelach	เสียงหัวเราะ
Genre	ประเภท
Grappen	เรื่องตลก
Grappig	ตลก
Humor	อารมณ์ขัน
Improvisatie	ปฏิภาณโวหาร
Parodie	ล้อเลียน
Plezier	สนุก
Publiek	ผู้ชม
Slim	ฉลาด
Televisie	โทรทัศน์
Theater	โรงละคร

Kunst
ศิลปะ

Beeldhouwwerk	ประติมากรรม
Complex	ซับซ้อน
Creëren	สร้าง
Eenvoudig	ง่าย
Eerlijk	ซื่อสัตย์
Humeur	อารมณ์
Keramisch	เซรามิค
Onderwerp	เรื่อง
Origineel	ต้นฉบับ
Persoonlijk	ส่วนตัว
Poëzie	บทกวี
Portretteren	วาดภาพ
Samenstelling	ส่วนประกอบ
Schilderijen	ภาพวาด
Surrealisme	สถิตยศาสตร์
Symbool	สัญลักษณ์
Uitdrukking	การแสดงออก
Visueel	ภาพ

Kunstbenodigdheden
อุปกรณ์ศิลปะ

Acryl	อะคริลิค
Aquarellen	สีน้ำ
Borstels	แปรง
Camera	กล้อง
Ezel	ขาตั้ง
Gom	ยางลบ
Houtskool	ถ่าน
Ideeën	ไอเดีย
Inkt	หมึก
Klei	เคลย์
Kleuren	สี
Lijm	กาว
Olie	น้ำมัน
Papier	กระดาษ
Pastel	พาส
Potloden	ดินสอ
Stoel	เก้าอี้
Tafel	โต๊ะ
Water	น้ำ

Landen #2
ประเทศ #2

Denemarken	เดนมาร์ก
Ethiopië	เอธิโอเปีย
Frankrijk	ฝรั่งเศส
Griekenland	กรีซ
Ierland	ไอร์แลนด์
Indonesië	อินโดนีเซีย
Japan	ญี่ปุ่น
Kenia	เคนยา
Laos	ลาว
Libanon	เลบานอน
Liberia	ไลบีเรีย
Maleisië	มาเลเซีย
Mexico	เม็กซิโก
Nepal	เนปาล
Nigeria	ไนจีเรีย
Oeganda	ยูกันดา
Oekraïne	ยูเครน
Rusland	รัสเซีย
Somalië	โซมาเลีย
Syrië	ซีเรีย

Landschappen
ทิวทัศน์

Berg	ภูเขา
Eiland	เกาะ
Geiser	ไกเซอร์
Gletsjer	ธารน้ำแข็ง
Grot	ถ้ำ
Heuvel	เนินเขา
Ijsberg	ภูเขาน้ำแข็ง
Meer	ทะเลสาบ
Moeras	บึง
Oase	โอเอซิส
Oceaan	มหาสมุทร
Rivier	แม่น้ำ
Schiereiland	คาบสมุทร
Strand	ชายหาด
Toendra	ทุนดรา
Vallei	หุบเขา
Vulkaan	ภูเขาไฟ
Waterval	น้ำตก
Woestijn	ทะเลทราย
Zee	ทะเล

Literatuur
วรรณกรรม

Analogie	อะนาล็อก
Analyse	การวิเคราะห์
Auteur	ผู้เขียน
Biografie	ชีวประวัติ
Conclusie	บทสรุป
Dialoog	บทพูด
Gedicht	กลอน
Genre	ประเภท
Mening	ความเห็น
Metafoor	คำอุปมา
Omschrijving	ลักษณะ
Poëtisch	บทกวี
Rijm	สัมผัส
Ritme	จังหวะ
Roman	นิยาย
Stijl	รูปแบบ
Thema	ธีม
Tragedie	โศกนาฏกรรม
Verhaal	เรื่องเล่า
Verteller	ผู้บรรยาย

Meditatie
การทำสมาธิ

Aandacht	ความสนใจ
Aanvaarding	การยอมรับ
Ademhaling	การหายใจ
Beweging	การเคลื่อนไหว
Dankbaarheid	ความกตัญญู
Emoties	อารมณ์
Gedachten	ความคิด
Geluk	ความสุข
Helderheid	ความชัดเจน
Houding	ท่าทาง
Kalm	สงบ
Mentaal	จิต
Muziek	ดนตรี
Natuur	ธรรมชาติ
Observatie	การสังเกต
Perspectief	มุมมอง
Stilte	ความเงียบ
Vrede	สันติภาพ
Vriendelijkheid	ความเมตตา
Wakker	ตื่น

Meer Informatie
นิยายวิทยาศาสตร์

Bioscoop	โรงภาพยนตร์
Boeken	หนังสือ
Brand	ไฟ
Denkbeeldig	เพ้อฝัน
Dystopie	ดิสโทเปีย
Explosie	การระเบิด
Extreem	สุดขีด
Fantastisch	มหัศจรรย์
Futuristisch	อนาคต
Illusie	ภาพลวงตา
Klonen	โคลน
Mysterieus	ลึกลับ
Orakel	สิทธิ์
Planeet	ดาวเคราะห์
Robots	หุ่นยนต์
Scenario	สถานการณ์
Sterrenstelsel	กาแลกซี่
Technologie	เทคโนโลยี
Utopie	ยูโทเปีย
Wereld	โลก

Menselijk Lichaam
ร่างกายมนุษย์

Been	ขา
Bloed	เลือด
Elleboog	ข้อศอก
Enkel	ข้อเท้า
Hand	มือ
Hart	หัวใจ
Hersenen	สมอง
Hoofd	หัว
Huid	ผิว
Kaak	ขากรรไกร
Kin	คาง
Knie	เข่า
Maag	ท้อง
Mond	ปาก
Nek	คอ
Neus	จมูก
Oor	หู
Schouder	ไหล่
Tong	ลิ้น
Vinger	นิ้ว

Metingen
การวัด

Breedte	ความกว้าง
Byte	ไบต์
Centimeter	เซนติเมตร
Decimaal	ทศนิยม
Diepte	ความลึก
Gewicht	น้ำหนัก
Graad	องศา
Gram	กรัม
Hoogte	ความสูง
Inch	นิ้ว
Kilogram	กิโลกรัม
Kilometer	กิโลเมตร
Lengte	ความยาว
Liter	ลิตร
Massa	มวล
Meter	เมตร
Minuut	นาที
Ons	ออนซ์
Ton	ตัน
Volume	ระดับเสียง

Meubels
เฟอร์นิเจอร์

Bank	ม้านั่ง
Bed	เตียง
Boekenkast	ตู้หนังสือ
Bureau	โต๊ะ
Dekbedden	ผ้านวม
Futon	ฟูก
Gordijnen	ผ้าม่าน
Hangmat	เปลญวน
Kussen	หมอน
Kussens	หมอนอิง
Lamp	โคมไฟ
Matras	ที่นอน
Planken	ชั้นวาง
Spiegel	กระจก
Stoel	เก้าอี้
Tapijt	พรม

Muziekinstrumenten
เครื่องดนตรี

Banjo	แบนโจ
Cello	เชลโล
Fagot	ปี่บาสซูน
Fluit	ขลุ่ย
Gitaar	กีตาร์
Gong	ฆ้อง
Harp	ฮาร์ป
Hobo	โอโบ
Klarinet	คลาริเน็ต
Klokkenspel	ตีระฆัง
Mandoline	แมนโดลิน
Marimba	มาริมบา
Mondharmonica	ฮาร์โมนิก้า
Piano	เปียโน
Saxofoon	แซกโซโฟน
Tamboerijn	แทมบูรีน
Trombone	ทรอมโบน
Trommel	กลอง
Trompet	แตร
Viool	ไวโอลิน

Mythologie
ตำนานเทพนิยาย

Archetype	ต้นแบบ
Bliksem	ฟ้าผ่า
Creatie	การสร้าง
Cultuur	วัฒนธรรม
Donder	ฟ้าร้อง
Doolhof	เขาวงกต
Gedrag	พฤติกรรม
Held	ฮีโร่
Heldin	วีรสตรี
Hemel	สวรรค์
Jaloezie	ความหึงหวง
Kracht	แรง
Krijger	นักรบ
Legende	ตำนาน
Monster	สัตว์ประหลาด
Onsterfelijkheid	อมตภาพ
Ramp	ภัยพิบัติ
Sterfelijk	ยแร
Wezen	สิ่งมีชีวิต
Wraak	แก้แค้น

Natuur
ธรรมชาติ

Arctisch	อาร์กติก
Bergen	ภูเขา
Bijen	ผึ้ง
Bos	ป่า
Dieren	สัตว์
Dynamisch	พลวัต
Erosie	ร่อน
Gebladerte	ใบไม้
Gletsjer	ธารน้ำแข็ง
Klippen	หน้าผา
Mist	หมอก
Rivier	แม่น้ำ
Rustig	สงบ
Schoonheid	ความงาม
Schuilplaats	ที่หลบภัย
Sereen	นิ่ง
Tropisch	เขตร้อน
Vitaal	สำคัญมาก
Woestijn	ทะเลทราย
Wolken	เมฆ

Oceaan
มหาสมุทร

Aal	ปลาไหล
Algen	สาหร่าย
Boot	เรือ
Dolfijn	ปลาโลมา
Garnaal	กุ้ง
Getijden	น้ำขึ้นน้ำลง
Haai	ฉลาม
Koraal	ปะการัง
Krab	ปู
Kwal	แมงกะพรุน
Octopus	ปลาหมึกยักษ์
Oester	หอยนางรม
Rif	รีฟ
Schildpad	เต่า
Spons	ฟองน้ำ
Storm	พายุ
Tonijn	ทูน่า
Vis	ปลา
Walvis	วาฬ
Zout	เกลือ

Om in te Vullen
เพื่อเติมเต็ม

Bekken	อ่าง
Buis	หลอด
Dienblad	ถาด
Doos	กล่อง
Emmer	ถัง
Envelop	ซองจดหมาย
Fles	ขวด
Karton	กล่องกระดาษ
Krat	ลัง
Lade	ลิ้นชัก
Mand	ตะกร้า
Map	โฟลเดอร์
Pakje	ห่อ
Vaas	แจกัน
Vat	บาร์เรล
Zak	กระเป๋า

Piraten
โจรสลัด

Anker	สมอ
Avontuur	การผจญภัย
Bemanning	ลูกเรือ
Eiland	เกาะ
Gevaar	อันตราย
Goud	ทอง
Grot	ถ้ำ
Kaart	แผนที่
Kapitein	กัปตัน
Kompas	เข็มทิศ
Legende	ตำนาน
Litteken	แผลเป็น
Oceaan	มหาสมุทร
Papegaai	นกแก้ว
Rum	รัม
Schat	สมบัติ
Slecht	แย่
Strand	ชายหาด
Vlag	ธง
Zwaard	ดาบ

Regenwoud
ป่าฝน

Behoud	การถนอม
Botanisch	พฤกษศาสตร์
Diversiteit	ความหลากหลาย
Gemeenschap	ชุมชน
Inheems	ชนพื้นเมือง
Insecten	แมลง
Jungle	ป่า
Klimaat	ภูมิอากาศ
Mos	มอสส์
Natuur	ธรรมชาติ
Overleving	การอยู่รอด
Respect	เคารพ
Restauratie	การฟื้นฟู
Soort	สายพันธุ์
Toevlucht	ที่หลบภัย
Vogels	นก
Waardevol	มีค่า
Wolken	เมฆ

Restaurant #1
ร้านอาหาร #1

Allergie	ภูมิแพ้
Bord	จาน
Brood	ขนมปัง
Eten	กิน
Ingrediënten	ส่วนผสม
Kassier	แคชเชียร์
Keuken	ครัว
Kip	ไก่
Koffie	กาแฟ
Kom	ชาม
Menu	เมนู
Mes	มีด
Pittig	เผ็ด
Reservering	การจอง
Saus	ซอส
Serveerster	พนักงานเสิร์ฟ
Servet	ผ้าเช็ดปาก
Toetje	ขนม
Vlees	เนื้อ
Voedsel	อาหาร

Restaurant #2
ร้านอาหาร #2

Cake	เค้ก
Diner	อาหารเย็น
Drank	เครื่องดื่ม
Eieren	ไข่
Fruit	ผลไม้
Groente	ผัก
Heerlijk	อร่อย
Ijs	น้ำแข็ง
Lepel	ช้อน
Lunch	อาหารกลางวัน
Noedels	ก๋วยเตี๋ยว
Ober	บริกร
Salade	สลัด
Soep	ซุป
Specerijen	เครื่องเทศ
Stoel	เก้าอี้
Vis	ปลา
Vork	ส้อม
Water	น้ำ
Zout	เกลือ

Rijden
การขับรถ

Auto	รถ
Brandstof	เชื้อเพลิง
Garage	โรงรถ
Gas	แก๊ส
Gevaar	อันตราย
Kaart	แผนที่
Licentie	ใบอนุญาต
Motor	เครื่องยนต์
Motorfiets	รถจักรยานยนต์
Ongeluk	อุบัติเหตุ
Politie	ตำรวจ
Remmen	เบรค
Snelheid	ความเร็ว
Straat	ถนน
Tunnel	อุโมงค์
Veiligheid	ความปลอดภัย
Verkeer	การจราจร
Vervoer	การขนส่ง
Voetganger	คนเดินเท้า
Vrachtauto	รถบรรทุก

Schaken
หมากรุก

Diagonaal	เส้นทแยงมุม
Kampioen	แชมป์
Koning	กษัตริย์
Koningin	ควีน
Leren	เรียนรู้
Offer	อุทิศ
Passief	รับ
Punten	คะแนน
Reglement	กฎ
Slim	ฉลาด
Spel	เกม
Speler	ผู้เล่น
Strategie	กลยุทธ์
Tegenstander	คู่แข่ง
Tijd	เวลา
Toernooi	การแข่งขัน
Uitdagingen	ความท้าทาย
Wit	ขาว
Zwart	สีดำ

School #1
โรงเรียน #1

Alfabet	ตัวอักษร
Antwoorden	ตอบ
Bibliotheek	ห้องสมุด
Boeken	หนังสือ
Bureau	โต๊ะ
Cijfers	หมายเลข
Examens	สอบ
Klaslokaal	ห้องเรียน
Leraar	ครู
Leren	เรียนรู้
Lunch	อาหารกลางวัน
Mappen	โฟลเดอร์
Papier	กระดาษ
Pennen	ปากกา
Plezier	สนุก
Potlood	ดินสอ
Stoel	เก้าอี้
Vrienden	เพื่อน
Wiskunde	คณิตศาสตร์

School #2
โรงเรียน #2

Bibliotheek	ห้องสมุด
Boeken	หนังสือ
Bus	รถเมล์
Computer	คอมพิวเตอร์
Gom	ยางลบ
Grammatica	ไวยากรณ์
Huiswerk	การบ้าน
Kalender	ปฏิทิน
Leraar	ครู
Literatuur	วรรณกรรม
Onderwijs	การศึกษา
Papier	กระดาษ
Pennen	ปากกา
Potlood	ดินสอ
Schaar	กรรไกร
Schoenen	รองเท้า
Vrienden	เพื่อน
Wetenschap	วิทยาศาสตร์
Wiskunde	คณิตศาสตร์
Woordenboek	พจนานุกรม

Specerijen
เครื่องเทศ

Anijs	โป๊ยกั๊ก
Bitter	ขม
Fenegriek	เฟนูกรีก
Gember	ขิง
Kaneel	อบเชย
Kardemom	กระวาน
Kerrie	แกง
Knoflook	กระเทียม
Komijn	ผงยี่หร่า
Koriander	ผักชี
Kruidnagel	กานพลู
Nootmuskaat	นัทเม็ก
Paprika	ปาปริก้า
Saffraan	หญ้าฝรั่น
Smaak	รสชาติ
Ui	หัวหอม
Vanille	วนิลา
Venkel	เม็ดยี่หร่า
Zoet	หวาน
Zout	เกลือ

Speelgoed
ของเล่น

Ambachten	งานฝีมือ
Auto	รถ
Bal	ลูกบอล
Boeken	หนังสือ
Boot	เรือ
Drums	กลอง
Favoriet	ที่ชื่นชอบ
Fiets	จักรยาน
Games	เกม
Klei	เคลย์
Pop	ตุ๊กตา
Puzzel	ปริศนา
Robot	หุ่นยนต์
Schaak	หมากรุก
Trein	รถไฟ
Verbeelding	จินตนาการ
Verf	สี
Vlieger	ว่าว
Vliegtuig	เครื่องบิน
Vrachtauto	รถบรรทุก

Sport
กีฬา

Atleet	นักกีฬา
Basketbal	บาสเกตบอล
Beweging	การเคลื่อนไหว
Fiets	จักรยาน
Golf	กอล์ฟ
Gymnasium	โรงยิม
Gymnastiek	ยิมนาสติก
Hockey	ฮอกกี้
Honkbal	เบสบอล
Kampioenschap	ชิงแชมป์
Scheidsrechter	ผู้ตัดสิน
Spel	เกม
Speler	ผู้เล่น
Stadion	สนามกีฬา
Team	ทีม
Tennis	เทนนิส
Trainer	โค้ช
Winnaar	ผู้ชนะ

Stad
เมือง

Apotheek	ร้านขายยา
Bakkerij	เบเกอรี่
Bank	ธนาคาร
Bibliotheek	ห้องสมุด
Bioscoop	โรงภาพยนตร์
Bloemist	ดอกไม้ดี
Boekhandel	ร้านหนังสือ
Dierentuin	สวนสัตว์
Galerij	แกลเลอรี่
Hotel	โรงแรม
Kliniek	คลินิก
Luchthaven	สนามบิน
Markt	ตลาด
Museum	พิพิธภัณฑ์
Restaurant	ร้านอาหาร
School	โรงเรียน
Stadion	สนามกีฬา
Theater	โรงละคร
Universiteit	มหาวิทยาลัย
Winkel	ร้าน

Strand
ชายหาด

Blauw	สีน้ำเงิน
Boot	เรือ
Dok	ท่าเรือ
Eiland	เกาะ
Handdoek	ผ้าขนหนู
Krab	ปู
Kust	ชายฝั่ง
Lagune	ลากูน
Oceaan	มหาสมุทร
Paraplu	ร่ม
Rif	รีฟ
Sandalen	รองเท้าแตะ
Vakantie	วันหยุด
Zand	ทราย
Zee	ทะเล
Zeilboot	เรือใบ
Zon	ดวงอาทิตย์

Surfen
โต้คลื่น

Atleet	นักกีฬา
Beginner	มือใหม่
Extreem	สุดขีด
Golf	คลื่น
Kampioen	แชมป์
Kracht	แรง
Maag	ท้อง
Menigte	ฝูงชน
Oceaan	มหาสมุทร
Plezier	สนุก
Populair	เป็นที่นิยม
Rif	รีฟ
Schuim	โฟม
Snelheid	ความเร็ว
Spray	สเปรย์
Stijl	รูปแบบ
Strand	ชายหาด
Weer	สภาพอากาศ

Technologie
เทคโนโลยี

Bericht	ข้อความ
Bestand	ไฟล์
Blog	บล็อก
Browser	เบราว์เซอร์
Bytes	ไบต์
Camera	กล้อง
Computer	คอมพิวเตอร์
Cursor	เคอร์เซอร์
Digitaal	ดิจิทัล
Gegevens	ข้อมูล
Internet	อินเทอร์เน็ต
Lettertype	แบบอักษร
Onderzoek	วิจัย
Scherm	หน้าจอ
Software	ซอฟต์แวร์
Statistiek	สถิติ
Veiligheid	ความปลอดภัย
Virtueel	เสมือน
Virus	ไวรัส

Tijd
เวลา

Dag	วัน
Decennium	ทศวรรษ
Eeuw	ศตวรรษ
Gisteren	เมื่อวาน
Jaar	ปี
Jaarlijks	ประจำปี
Kalender	ปฏิทิน
Klok	นาฬิกา
Maand	เดือน
Middag	เที่ยง
Minuut	นาที
Morgen	พรุ่งนี้
Na	หลังจาก
Nacht	กลางคืน
Nu	ตอนนี้
Ochtend	เช้า
Toekomst	อนาคต
Uur	ชั่วโมง
Vandaag	วันนี้
Week	สัปดาห์

Tuin
สวนหย่อม

Bank	ม้านั่ง
Bloem	ดอกไม้
Bodem	ดิน
Boom	ต้นไม้
Boomgaard	สวนผลไม้
Garage	โรงรถ
Gazon	สนามหญ้า
Gras	หญ้า
Hangmat	เปลญวน
Hark	คราด
Hek	รั้ว
Onkruid	วัชพืช
Schop	พลั่ว
Slang	ท่อ
Struik	บุช
Terras	ชานบ้าน
Trampoline	แทรมโพลีน
Tuin	สวน
Veranda	ระเบียง
Vijver	บ่อน้ำ

Vakantie #2
วันหยุด #2

Bergen	ภูเขา
Bestemming	ปลายทาง
Buitenlander	ชาวต่างชาติ
Buitenlands	ต่างชาติ
Eiland	เกาะ
Hotel	โรงแรม
Kaart	แผนที่
Luchthaven	สนามบิน
Reis	การเดินทาง
Reserveringen	จอง
Restaurant	ร้านอาหาร
Strand	ชายหาด
Taxi	แท็กซี่
Tent	เต็นท์
Trein	รถไฟ
Vakantie	วันหยุด
Vervoer	การขนส่ง
Visum	วีซ่า
Vrije Tijd	เวลาว่าง
Zee	ทะเล

Verjaardag
วันเกิด

Cake	เค้ก
Dag	วัน
Geboren	เกิด
Gelukkig	มีความสุข
Geschenk	ของขวัญ
Herinneringen	ความทรงจำ
Jaar	ปี
Jong	หนุ่มสาว
Kaarsen	เทียน
Kaarten	ไพ่
Kalender	ปฏิทิน
Leren	เรียนรู้
Lled	เพลง
Plezier	สนุก
Speciaal	พิเศษ
Tijd	เวลา
Uitnodigingen	คำเชิญ
Viering	งานฉลอง
Vrienden	เพื่อน
Wijsheid	ปัญญา

Vissen
ตกปลา

Aas	เหยื่อ
Apparatuur	อุปกรณ์
Boot	เรือ
Draad	ลวด
Geduld	ความอดทน
Gewicht	น้ำหนัก
Haak	ตะขอ
Kaak	ขากรรไกร
Kieuwen	เหงือก
Kok	ทำอาหาร
Mand	ตะกร้า
Meer	ทะเลสาบ
Oceaan	มหาสมุทร
Rivier	แม่น้ำ
Seizoen	ฤดู
Strand	ชายหาด
Vinnen	ครีบ
Water	น้ำ

Vliegtuigen
เครื่องบิน

Afdaling	การตกทอด
Atmosfeer	บรรยากาศ
Avontuur	การผจญภัย
Ballon	ลูกโป่ง
Bemanning	ลูกเรือ
Bouw	การก่อสร้าง
Brandstof	เชื้อเพลิง
Geschiedenis	ประวัติศาสตร์
Hemel	ท้องฟ้า
Hoogte	ความสูง
Landen	ท่าเรือ
Lucht	อากาศ
Motor	เครื่องยนต์
Navigeren	นำทาง
Ontwerp	ออกแบบ
Passagier	ผู้โดยสาร
Piloot	นักบิน
Richting	ทิศทาง
Turbulentie	ความปั่นป่วน
Waterstof	ไฮโดรเจน

Voeding
โภชนาการ

Bitter	ขม
Calorieën	แคลอรี่
Dieet	อาหาร
Eetbaar	กินได้
Eetlust	ความกระหาย
Eiwitten	โปรตีน
Evenwichtig	สมดุล
Fermentatie	การหมัก
Gewicht	น้ำหนัก
Gezond	แข็งแรง
Gezondheid	สุขภาพ
Koolhydraten	คาร์โบไฮเดรต
Kwaliteit	คุณภาพ
Saus	ซอส
Smaak	รสชาติ
Spijsvertering	การย่อย
Toxine	พิษ
Vitamine	วิตามิน
Vloeistoffen	ของเหลว
Voedingsstof	สารอาหาร

Voertuigen
ยานพาหนะ

Ambulance	รถพยาบาล
Auto	รถ
Banden	ยาง
Boot	เรือ
Bus	รถเมล์
Caravan	คาราวาน
Fiets	จักรยาน
Helikopter	เฮลิคอปเตอร์
Metro	รถไฟใต้ดิน
Motor	เครื่องยนต์
Onderzeeër	เรือดำน้ำ
Raket	จรวด
Scooter	สกู๊ตเตอร์
Taxi	แท็กซี่
Tractor	รถแทรกเตอร์
Trein	รถไฟ
Veerboot	เรือข้ามฟาก
Vliegtuig	เครื่องบิน
Vlot	แพ
Vrachtauto	รถบรรทุก

Vogels
นก

Duif	นกพิราบ
Eend	เป็ด
Ei	ไข่
Flamingo	ฟลามิงโก
Gans	ห่าน
Kip	ไก่
Koekoek	นกกาเหว่า
Kraai	อีกา
Meeuw	นางนวล
Mus	กระจอก
Ooievaar	นกกระสา
Papegaai	นกแก้ว
Pauw	นกยูง
Pelikaan	นกกระทุง
Pinguïn	เพนกวิน
Reiger	กระสา
Struisvogel	นกกระจอกเทศ
Toekan	ทูแคน
Uil	นกฮูก
Zwaan	หงส์

Wandelen
เดินป่า

Berg	ภูเขา
Dieren	สัตว์
Gevaren	อันตราย
Gidsen	คำแนะนำ
Kaart	แผนที่
Klif	หน้าผา
Klimaat	ภูมิอากาศ
Laarzen	รองเท้าบูท
Moe	เหนื่อย
Muggen	ยุง
Natuur	ธรรมชาติ
Oriëntatie	ปฐมนิเทศ
Stenen	หิน
Voorbereiding	การตระเตรียม
Water	น้ำ
Weer	สภาพอากาศ
Wild	ป่า
Zon	ดวงอาทิตย์
Zwaar	หนัก

Water
น้ำ

Douche	อาบน้ำ
Drinkbaar	ดื่มได้
Geiser	น้ำพุร้อน
Golven	คลื่น
Ijs	น้ำแข็ง
Irrigatie	ชลประทาน
Kanaal	คลอง
Meer	ทะเลสาบ
Moesson	มรสุม
Oceaan	มหาสมุทร
Orkaan	พายุเฮอริเคน
Overstroming	น้ำท่วม
Regen	ฝน
Rivier	แม่น้ำ
Sneeuw	หิมะ
Stoom	ไอน้ำ
Verdamping	การระเหย
Vocht	วามชื้น
Vochtig	ชื้น
Vochtigheid	ความชื้น

Weersomstandigheden
สภาพอากาศ

Atmosfeer	บรรยากาศ
Bliksem	ฟ้าผ่า
Donder	ฟ้าร้อง
Droogte	แล้ง
Hemel	ท้องฟ้า
Ijs	น้ำแข็ง
Klimaat	สภาพอากาศ
Mist	หมอก
Moesson	มรสุม
Orkaan	พายุเฮอริเคน
Overstroming	น้ำท่วม
Polair	โพลาร์
Regenboog	สายรุ้ง
Storm	พายุ
Temperatuur	อุณหภูมิ
Tornado	พายุทอร์นาโด
Tropisch	เขตร้อน
Vochtig	ชื้น
Wind	ลม
Wolk	คลาวด์

Wetenschap
วิทยาศาสตร์

Atoom	อะตอม
Chemisch	เคมี
Deeltjes	อนุภาค
Evolutie	วิวัฒนาการ
Experiment	การทดลอง
Feit	ข้อเท็จจริง
Fossiel	ฟอสซิล
Gegevens	ข้อมูล
Hypothese	สมมติฐาน
Klimaat	ภูมิอากาศ
Methode	วิธี
Mineralen	แร่ธาตุ
Moleculen	โมเลกุล
Natuur	ธรรมชาติ
Natuurkunde	ฟิสิกส์
Observatie	การสังเกต
Organisme	สิ่งมีชีวิต
Planten	พืช
Zwaartekracht	แรงโน้มถ่วง

Wetenschappelijke Discip
สาขาวิชาวิทยาศาสตร์

Archeologie	โบราณคดี
Astronomie	ดาราศาสตร์
Biochemie	ชีวเคมี
Biologie	ชีววิทยา
Chemie	เคมี
Ecologie	นิเวศวิทยา
Fysiologie	สรีรวิทยา
Geologie	ธรณีวิทยา
Mechanica	กลศาสตร์
Meteorologie	อุตุนิยมวิทยา
Mineralogie	แร่วิทยา
Natuurkunde	ฟิสิกส์
Neurologie	ประสาทวิทยา
Plantkunde	พฤกษศาสตร์
Psychologie	จิตวิทยา
Robotica	หุ่นยนต์
Sociologie	สังคมวิทยา
Thermodynamica	อุณหพลศาสตร์
Voeding	โภชนาการ
Zoölogie	สัตววิทยา

Wiskunde
คณิตศาสตร์

Cijfers	หมายเลข
Decimaal	ทศนิยม
Divisie	แผนก
Driehoek	สามเหลี่ยม
Exponent	ตัวแทน
Fractie	เศษส่วน
Geometrie	เรขาคณิต
Graden	องศา
Hoeken	มุม
Loodrecht	ตั้งฉาก
Omtrek	เส้นรอบวง
Parallel	ขนาน
Rekenkundig	เลขคณิต
Som	รวม
Straal	รัศมี
Symmetrie	สมมาตร
Vergelijking	สมการ
Volume	ระดับเสียง

Zomer
ฤดูร้อน

Boeken	หนังสือ
Duiken	ดำน้ำ
Familie	ครอบครัว
Games	เกม
Herinneringen	ความทรงจำ
Huis	บ้าน
Muziek	ดนตรี
Ontspanning	ผ่อนคลาย
Reis	เดินทาง
Sandalen	รองเท้าแตะ
Sterren	ดาว
Strand	ชายหาด
Tuin	สวน
Vakantie	วันหยุด
Voedsel	อาหาร
Vreugde	จอย
Vrienden	เพื่อน
Vrije Tijd	เวลาว่าง
Zee	ทะเล

Zoogdieren
สัตว์เลี้ยงลูกด้วยนม

Aap	ลิง
Bever	บีเวอร์
Coyote	โคโยตี้
Dolfijn	ปลาโลมา
Ezel	ลา
Geit	แพะ
Giraf	ยีราฟ
Gorilla	กอริลลา
Hond	หมา
Kameel	อูฐ
Kangoeroe	จิงโจ้
Kat	แมว
Konijn	กระต่าย
Leeuw	สิงโต
Olifant	ช้าง
Paard	ม้า
Stier	โค
Vos	ฟ็อกซ์
Walvis	วาฬ
Wolf	หมาป่า

Gefeliciteerd

Je hebt het gehaald!

We hopen dat u net zoveel plezier beleeft aan dit boek als wij aan het maken ervan. We doen ons best om spellen van hoge kwaliteit te maken.
Deze puzzels zijn op een slimme manier ontworpen zodat je actief kunt leren terwijl je plezier hebt!

Vond je ze mooi?

Een Eenvoudig Verzoek

Onze boeken bestaan dankzij de recensies die zij publiceren.
Kunt u ons helpen door nu een mening achter te laten ?

Hier is een korte link die u naar uw
bestellingen beoordelingspagina.

BestBooksActivity.com/Recensie50

FINAAL UITDAGING!

Uitdaging nr. 1

Klaar voor uw bonusspel? We gebruiken ze de hele tijd, maar ze zijn niet zo gemakkelijk te vinden. Hier zijn **Synoniemen!**

Noteer 5 woorden die je ontdekt hebt in elk van de onderstaande puzzels (nr. 21, nr. 36, nr. 76) en probeer voor elk woord 2 synoniemen te vinden.

*Notitie 5 Woorden uit **Puzzle 21***

Woorden	Synoniem 1	Synoniem 2

*Notitie 5 Woorden uit **Puzzle 36***

Woorden	Synoniem 1	Synoniem 2

*Notitie 5 Woorden uit **Puzzle 76***

Woorden	Synoniem 1	Synoniem 2

Uitdaging nr. 2

Nu je opgewarmd bent, noteer 5 woorden die je ontdekt hebt in elke hieron-
der genoteerde puzzel (nr. 9, nr. 17, nr. 25) en probeer voor elk woord 2
antoniemen te vinden. Hoeveel regels kan je doen in 20 minuten?

Notitie 5 Woorden uit *Puzzle 9*

Woorden	Antoniem 1	Antoniem 2

Notitie 5 Woorden uit *Puzzle 17*

Woorden	Antoniem 1	Antoniem 2

Notitie 5 Woorden uit *Puzzle 25*

Woorden	Antoniem 1	Antoniem 2

Uitdaging nr. 3

Prachtig, deze finaal uitdaging is makkelijk voor jou!

Klaar voor de laatste? Kies je 10 favoriete woorden die je in een van de puzzels hebt ontdekt en noteer ze hieronder.

1.	6.
2.	7.
3.	8.
4.	9.
5.	10.

De uitdaging is nu om met deze woorden en binnen een maximum van zes zinnen een tekst te schrijven over een persoon, dier of plaats waar je van houdt!

Tip: U kunt de laatste blanco pagina van dit boek als kladblaadje gebruiken!

Je schrijven:

NOTITIEBOEKJE:

TOT SNEL!

Linguas Classics

GENIET VAN GRATIS SPELLEN

GO

↓

BESTACTIVITYBOOKS.COM/FREEGAMES

www.ingramcontent.com/pod-product-compliance
Lightning Source LLC
Chambersburg PA
CBHW082100120626
46553CB00011B/3484
9798896701538